வாய்மையே சில சமயம் வெல்லும்

கிழக்கு பதிப்பக வெளியீடுகளாக சுஜாதாவின் புத்தகங்கள்

மீண்டும் ஜீனோ
நிறமற்ற வானவில்
நில்லுங்கள் ராஜாவே
தீண்டும் இன்பம்
ஆஸ்டின் இல்லம்
அனிதாவின் காதல்கள்
நைலான் கயிறு
24 ரூபாய் தீவு
அனிதா இளம் மனைவி
கொலை அரங்கம்
கமிஷனருக்கு கடிதம்
அப்ஸரா
பாரதி இருந்த வீடு
மெரீனா
ஆர்யபட்டா
என் இனிய இயந்திரா
காயத்ரி
ப்ரியா
தங்க முடிச்சு
எதையும் ஒருமுறை
ஊஞ்சல்
ஓரிரவில் ஒரு ரயிலில்
மீண்டும் ஒரு குற்றம்
விக்ரம்
நில், கவனி, தாக்கு!
வாய்மையே சில சமயம் வெல்லும்
ஆ..!
வசந்த காலக் குற்றங்கள்
சிவந்த கைகள்
ஒரே ஒரு துரோகம்
இன்னும் ஒரு பெண்
6961
ஜோதி
மாயா
ரோஜா
ஓடாதே
மேற்கே ஒரு குற்றம்
விபரீதக் கோட்பாடு
ஐந்தாவது அத்தியாயம்
மலை மாளிகை
விடிவதற்குள் வா
மூன்று நாள் சொர்க்கம்
பத்து செகண்ட் முத்தம்
கம்ப்யூட்டர் கிராமம்
இளமையில் கொல்
மேகத்தை துரத்தியவன்
ஒரு நடுப்பகல் மரணம்
நகரம்
இதன் பெயரும் கொலை
மண்மகன்
தப்பித்தால் தப்பில்லை
விழுந்த நட்சத்திரம்
முதல் நாடகம்
ஆட்டக்காரன்
ஜன்னல் மலர்
என்றாவது ஒரு நாள்
வைரங்கள்
மேலும் ஒரு குற்றம்
சொர்க்கத் தீவு
கனவுத் தொழிற்சாலை
ஆயிரத்தில் இருவர்
பதினாலு நாட்கள்
உள்ளம் துறந்தவன்
பிரிவோம் சந்திப்போம்
கரையெல்லாம் செண்பகப்பூ
இரண்டாவது காதல் கதை
நிர்வாண நகரம்
குருபிரசாதின் கடைசி தினம்
இருள் வரும் நேரம்
திசை கண்டேன் வான் கண்டேன்
ஆழ்வார்கள் - ஓர் எளிய அறிமுகம்
தேடாதே
விருப்பமில்லாத் திருப்பங்கள்
விரும்பிச் சொன்ன பொய்கள்
கை
ஆதலினால் காதல் செய்வீர்
நூற்றாண்டின் இறுதியில் சில சிந்தனைகள்
அப்பா, அன்புள்ள அப்பா
மிஸ். தமிழ்த்தாயே, நமஸ்காரம்!
சிறு சிறுகதைகள்
வாரம் ஒரு பாசுரம்
வானத்தில் ஒரு மௌனத்தாரகை
கடவுள் வந்திருந்தார்
அனுமதி
ஓலைப் பட்டாசு
சேகர், சிங்கமய்யங்கார் பேரன்
கம்ப்யூட்டரே ஒரு கதை சொல்லு
டாக்டர் நரேந்திரனின் வினோத வழக்கு
நிஜத்தைத் தேடி
பாதி ராஜ்யம்
சில வித்தியாசங்கள்

வாய்மையே சில சமயம் வெல்லும்

சுஜாதா

கிழக்கு

வாய்மையே சில சமயம் வெல்லும்
Vaimaiye Sila Samayam Vellum
by Sujatha
Sujatha Rangarajan ©

First Edition: April 2009
184 Pages
Printed in India.

ISBN 978-81-8493-403-8
Kizhakku - 464

Kizhakku Pathippagam
177/103, First Floor,
Ambal's Building, Lloyds Road,
Royapettah, Chennai 600 014.
Ph: +91-44-4200-9603

Email : support@nhm.in
Website : www.nhm.in

Cover Image : Shutterstock

Kizhakku Pathippagam is an imprint of New Horizon Media Private Limited

This book is sold subject to the condition that it shall not, by way of trade or otherwise, be lent, resold, hired out, or otherwise circulated without the publisher's prior written consent in any form of binding or cover other than that in which it is published and without a similar condition including this the rights under copyright reserved above, no part of this publication may be reproduced, stored in or introduced into a retrieval system, or transmitted in any form or by any means (electronic, mechanical, photocopying, recording or otherwise), without the prior written permission of both the copyright owner and the above-mentioned publisher of this book.

வினோத்தின் குறிக்கோள் ஒருவிதத்தில் அவனுக்கே என்னவென்று தெரியவில்லை என்று சொல்லலாம். குழப்பமாக, அவன் அம்மாவை போட்டோ எடுத்த காட்சிகள் அவன் மனத்தில் தடுமாறின. 'இப்படிச் செய்யலாமா நீ, இப்படிச் செய்யலாமா நீ' என்று சித்ராவின் மார்பின் சட்டையை மூர்க்கத்தனமாகக் கிழித்தான். சித்ரா 'வீல்' என்று அலறியது, வெளியே காரில் காத்துக் கொண்டிருந்த தம்புவுக்கு லேசாகத்தான் கேட்டது.

முன்னுரை

1984-ல் நான் ஆனந்தவிகடனில் 'வாய்மையே சில சமயம் வெல்லும்' தொடர்கதையை எழுதினேன். அது, பின்னர் புத்தக மாக வந்தது. 1994-ல், அது தூர்தர்ஷனில் ஒரு சீரியலாக அனுமதி பெற்று, எனது நண்பர் மாணிக்கம் நாராயணன் (செவன்த் சானல்) தயாரிப்பில், கண்மணி சுப்பு திரைக்கதை அமைக்க ஒளி பரப்பு தொடங்கியது. யாவும் நலம் என எண்ணிக் கொண்டிருந்த போது, சில மாதர் அமைப்புகள் அந்தத் தொடருக்கு எதிர்ப்பு தெரிவிப்பதாக தூர்தர்ஷனின் டைரக்டர் திரு. நடராஜன் எனக்கு அவசரமாக போன் செய்தார்.

'நீங்கள் ஒருமுறை வந்து அவர்களைச் சந்தித்து விளக்கிவிட்டால் நல்லது. அந்தத் தொடரை உடனே நிறுத்தச் சொல்கிறார்கள். 'இல்லையேல் சாகும் வரை உண்ணாவிரதமோ, மறியலோ செய்வோம்' என்கிறார்கள்' என்றார். நான் கதையில் மாதர்க ளுக்குச் சாதகமாகத்தான் எழுதியிருந்ததாக எண்ணிக்கொண்டி ருந்தேன். எனக்கு அந்தச் செய்தி அதிர்ச்சியாக இருந்தது. தூர்தர்ஷன் அலுவலகத்தில் ஒரு நீண்ட மேசையில் எதிர்த்தரப் பில் மாதரசிகள் வீற்றிருந்தார்கள். என்னைப் பார்த்த பார்வை, கண்ணகி காலத்தது.

இந்தக் கதைக்கு கடும் கண்டனம் தெரிவித்த அந்த அமைப்பாளர் கள், 'கதையை நிறுத்த வேண்டும், இல்லையேல் மாற்ற வேண்டும்' என்றார்கள். நான் 'இந்தக் கதை தொடர்கதையாக வந்தபோது லட்சக்கணக்கான வாசகர்களால் படிக்கப்பெற்று, அதன்பின் புத்தகமாக நான்கு பதிப்புகள் வந்துவிட்டது. இதுவரை யாருமே இதற்கு எதிர்ப்பு தெரிவிக்கவில்லையே!

இதுதான் ஆச்சரியமாக இருக்கிறது' என்று தெரிவித்தேன். என் ஆச்சரியத்தைப் பற்றியெல்லாம் அவர்கள் கவலைப்படவில்லை. கதை நிறுத்தப்பட வேண்டும். இல்லை திருத்தப்படவேண்டும், அவ்வளவுதான். பீரியட்! அவர்கள் கோபம் நியாயமா என்பதை நீங்கள் இப்புத்தகத்தைப் படித்துத் தீர்மானிக்கவும்.

திரு. நடராஜன் ஓர் அரசாங்க அதிகாரியின் சாமர்த்தியத்துடன் தீர்ப்பளித்தார். 'இதை நான் டில்லிக்கு ரிப்போர்ட்டாக அனுப்புகிறேன். அவர்கள் என்ன சொல்கிறார்கள் என்று பார்த்து தக்க நடவடிக்கை எடுக்கலாம்' என்றார். அந்த ரிப்போர்ட் டில்லிக்கு போய் திரும்பி வருவதற்குள் அந்த சீரியலின் குறுகிய வாழ்நாளான பதின்மூன்று வாரம் முடிவடைந்துவிட்டது. அதன்பின் அதை யாரும் கண்டுகொள்ளவில்லை. இந்து பத்திரிகை மாத்திரம் தூக்கத்திலிருந்து எழுந்து, Womens forum objects to telecast என்ற ரீதியில் ஸ்பெஷல் கரஸ்பாண்டெண்ட் என்ற ஒரு ரங்காச்சாரியோ, ராகவாச்சாரியோ எழுதியிருந்தார்.

அப்போதெல்லாம் தூர்தர்ஷனில் பதின்மூன்று வாரம் அனுமதிக் கடிதம் என்பது தங்கச் செங்கல் போல. அந்தக் கடிதத்தை வைத்துக் கடன் வாங்கலாம். பழுப்புக் காகிதத்தையே வேறு ஒருத்தருக்கு விற்கலாம். டிடியில் ஸ்லாட்டே கிடைக்காது. புதுசாக ஸ்லாட் அலாட் செய்கிறார்கள் என்றால், முதல்நாள் ராத்திரியே ஜமக்காளம் போட்டு கேட்டருகில் உட்கார்ந்து அப்ளிகேஷன் வாங்குவார்கள். தூர்தர்ஷன் மட்டும்தான் இருந்த காலம் அது. பின்னர் தனியார் தொலைக்காட்சிகள் மலிந்து, தினம் நான்கு மெகா சீரியல்கள் பெண்கள் கண்களை நிரப்பும் இந்த நாட்களில் தூர்தர்ஷனை யாரும் சீந்துவதில்லை. சீண்டுவதும் இல்லை. இதே தூர்தர்ஷனில் இன்று காட்டப்படும் சினிமா நடனங்களுக்கு அன்று பாடாய்ப்படுத்தின இந்த மாதரசிகள் என்ன சொல்வார்கள் என்று யோசித்துப் பார்க்கிறேன்.

பின்குறிப்பு: தொலைக்காட்சியில் 'வாய்மையே சில சமயம் வெல்லும்' வந்தபோது, அதன் டைட்டில் 'மறக்க முடியுமா?' முடியவில்லை.

சென்னை:17.03.04 **சுஜாதா**

1

விஜி

விஜயகுமாரின் இயற்பெயர் 'உயிர்ப் பிச்சை'. பிறந்தது திருநெல்வேலி ஜில்லாவில் மலட்டாற்றுக்கு அருகே 'ஆகாரம்' என்றொரு கிராமத்தில். அவனுக்கு முன் பிறந்த மூன்று குழந்தைகளும் இறந்து போய் விட்டதால், உயிர்ப் பிச்சை என்ற பெயரை வைத்தார் அவன் அப்பா வேலாயுதம் பிள்ளை. அதன்பின் மூன்று பெண்கள் பிறந்து எல்லோருக்கும் நாகரிகமாக சரோஜா, குமாரி, புவனா என்றெல்லாம் பெயர் வைத்தாலும் 'உயிர்ப் பிச்சை'யை மாற்ற மறுத்துவிட்டார். அப்பாவிடம் பேசவே பயம். அம்மாவிடம்தான் பள்ளியில் படிக்கும் போது பெயர் மாற்றுமாறு கேட்டிருக்கிறான். அவள் சிபாரிசு செய்ததாகத் தெரியவில்லை. அவள் அவனுக்கு மேல் தொடை நடுங்கி. பயந்து பயந்தே, அடுப்படியைவிட்டு விலகாமலே ஏழு குழந்தை பெற்றுக்கொடுத்துவிட்டுச் செத்துப்போனாள். விஜயகுமாருக்கு அவள் சின்ன வயசில் பாடிய தாலாட்டு ஒன்று ஞாபகம் இருக்கிறது. 'தென்காசி எண்ணெய்க்கு உங்கப்பா சீட்டெழுதி விட்டாக!' விஜிக்குத் தமிழில் கொஞ்சம்

ஆர்வம் உண்டு. பாளையங்கோட்டை சேவியர் காலேஜில் பி.ஏ. படித்தாலும் தெற்கே வேலை தேடாமல் சென்னை நாடி வந்தான். பிச்சைப்பிள்ளை என்று அப்பாவுக்குத் தெரிந்தவருக்குத் தெரிந்த எம்.எல்.ஏ. மூலம் வீ.வ.வாரியத்தில் டெலிபோன் ஆபரேட்டர் வேலை கிடைத்த உடனே, பேப்பரில் விளம்பரம் கொடுத்து, பெயரை 'விஜயகுமார்' என்று மாற்றிக்கொண்டான். அப்பாவிடம் இன்னும் தெரிவிக்கவில்லை. விஜயகுமார் என்ற பெயரை வைத்து ஆளைப் பார்த்தால் ஏமாற்றம்தான். அதிகம் கவனத்தை ஈர்க்காத சாதாரணக் குடிமகன். கறுப்பு என்றுதான் சொல்லவேண்டும். முகத்தில் சிறப்பம்சம் வெண்மையான பற்கள். மூன்று தங்கைகளுக்கும் கல்யாணம் ஆனால்தான் கல்யாணம் என்று அப்பா சொல்லியிருக்கிறார். இப்போதுகூட 'சிவமயம்' என்று போட்டு கார்டு வந்தவுடனே பணம் அனுப்பிவிடுவான். இரண்டு தங்கைகளுக்குக் கல்யாணம் ஆகிவிட்டது. மூன்றாவதுதான் (விஜி ஜாடை) இழுத்து அடிக்கிறது. சிக்கனமாகப் பணம் சேர்த்து கோவாபரேடிவ் பாங்க்கில் ரூபாய் ஐயாயிரம் வரை சேர்த்து வைத்திருக்கிறான். தீய பழக்கங்கள் ஏதும் கிடையாது. வீட்டுக்காரர் ரங்கசாமி அய்யங்கார் வாரியத்தில் சூப்பரிண்டெண்டெண்டாக இருந்து ரிடையரானவர். அந்தப் பரிச்சயத்தினால் ரூம் கிடைத்தது.

கதை ஆரம்பிக்கும் ஜூன் மாதம் பதின்மூன்றாம் தேதி கெட்ட காரியங்கள் பண்ணிய சென்னை நகரத்தைப் பவுன் கலர் சூரியன் எழுப்பியது. தூக்கம் நனைந்த கண்களுடன் தொண்ணூறு சதமானம் பதிவிரதா ஸ்தீரிகள் ப்ளாஸ்டிக் பால் வாங்கப் போனார்கள். தேர்தல் எழுதிய சுவரொட்டிகளை வாக்காளர்கள் நின்றபடி நனைத்துக்கொண்டிருந்தார்கள். கண்ணம்மாபேட்டை பெண்கள் இரவில் குடித்த கணவர்களைக் கைத்தாங்கலாக அழைத்துச் சென்றார்கள். மெயின் ரோடின் விளிம்பில், வயதானவர்கள் நீண்ட ஆயுளை நோக்கி கேன்வாஸ் கால்களில் ஓடினார்கள். பிள்ளையார் கோயில் தாண்டி மூசாசேட் தெருவில் நுழைந்து, கேபி பிக்சர்ஸ் போர்டைக் கடந்து மத்தியதர மொட்டைவீடுகள் சிலவற்றில் மஞ்சள் வர்ணம் அடித்த பழைய காலத்து வீடு தெரிகிறதே, அதன் கேட்டுக் கதவைத் திறந்து கொண்டு உள் நுழையுமுன் நாய் குரைக்கிறது. பாதகமில்லை. அந்த நாய் அப்பிராணி, ஏதோ சாஸ்திரத்துக்குக் குரைக்கும். மோர்க் குழம்பு நக்கும், அப்பளம் தின்னும். பெயர் சீனு.

ரங்கசாமி அய்யங்காரின் வீட்டில் ஒரு நாள் வந்து ஒட்டிக் கொண்டுவிட்ட நாய், ஒரு ஜம் பிஸ்கட் போட்டால் பெற்ற தாயையும் பிறந்த பொன்னாட்டையும் காட்டிக் கொடுக்கும். பார்த்தீர்களா! குரைத்துவிட்டு உடனே பரிபூரண அந்நியரான உங்களைப் பார்த்து வாலாட்டுகிறது. அதைக் கடந்து இடது பக்கம் வந்தால் அறை வாசலில் ஏவி. விஜயகுமார் என்று போர்டு போட்டிருக்கிறதே. அங்கேதான் நமக்கு ஜோலி. கதவைத் தட்டவேண்டாம். திறந்தே இருக்கிறது. சொல்லப்பட்ட ஏவி.வி. முகச்சவரம் செய்து முடிக்கும்வரை அறையைப் பார்க்கலாம்.

மெயின் வீட்டுக்கும் இந்த அறைக்கும் கனெக்ஷன் கதவுக்குப் பக்கத்தில், அலமாரியில் செய்தித்தாள் விரித்து, 'கழக ஆங்கில தமிழ்க் கையகராதி', 'நீதிபதி வேதநாயகர்', 'சித்த மருத்துவ வழி காட்டி', 'சமையல் கலை (ஒன்பதாம் பதிப்பு)', 'ஐங்குறுநூறு - குறிஞ்சியும் பாலையும்' போன்ற நூல்கள் காணப்படுகின்றன. கீழ்த் தட்டில் இந்து நாளிதழ்கள் தேதிவாரியாக அடுக்கி வைக்கப்பட்டிருக்க, கலைமகள் தீபாவளி மலர் இப்போதுதான் சர்க்குலேட்டிங் லைப்ரரியிலிருந்து வந்திருக்கிறது. ஒழுங்காக அடுக்கி வைக்கப்பட்ட கடிதங்களுக்கு அருகில் சின்ன ட்ரான்ஸிஸ்டர் செங்கல்பட்டு மாவட்ட விவசாயிகளுடன் பேசிக்கொண்டி ருக்கிறது. ரத்தின வேலும் 'ஓம்' என்று எழுதிய வலது உள்ளங்கையுமாக முருகன் முறுவலிக்கும் காலண்டர், 'இன்று பௌர்ணமி' என்றும், 'அரியக்குடி சீனிவாசப் பெருமாள் தேரோட்டம்' என்றும் சொல்கிறது. விஜயகுமார் சவரத்தை முடித்துவிட்டான். மிக சிரத்தையாக பிளேடை விடுவித்து அதன் உறையில் அதன் ஆறாவது சவர சாதனையை 13/6 என்று எழுதிக் கொண்டு, ரேஸரை உறையிலிட்டு, தன்னைக் கண்ணாடியில் பார்த்துக்கொள்கிறான். அந்தக் கண்ணாடியின் ஓரத்தில் கையகலத்துக்கு சித்ராவின் போட்டோ செருகியிருந்தது. அதைப் பார்த்து 'குட்மார்னிங்' என்கிறான். சித்ராவுக்குப் பதினேழு வயது. விஜயகுமாருக்கு (இனி விஜி) முப்பத்து நான்கு. இது ஏதோ கைக்கிளை அல்லது பெருந்திணைச் சங்கதி என்று எண்ணவேண்டாம். சித்ராவைப் பற்றிய எண்ணங்களை அவன் இன்னும் இனம் பிரிக்கவில்லை. பின், ஏன் அந்த போட்டோ? ஏதோ விளம்பர சினிமாவில் 'கடாக்' என்று கண்ணடிக்கும் பெண்ணைப் பார்த்து அது என்ன, 'ஹாட்ஷாட்' கேமரா வாங்கிவிட்டான். உடனே பிலிம் போட்டு, 'சித்ரா சித்ரா

சித்ரா' என்று, அவள் ஒருத்திதான் அகப்பட்டாள். எடுத்தான். பாக்கி பிலிமுக்கு ரோட்டில் போகும் ஆட்டுக்குட்டி, பலூன் வியாபாரி, இயற்கைக்காட்சி என்று எடுத்து, முதலில் அந்தச் சனியனைக் கழுவக் கொடுத்து, இருக்கிறதுக்குள் சுமாராக வந்திருந்த சித்ராவை மட்டும் கண்ணாடியில் செருகியுள்ளான்.

ஆமாம்... இந்த சித்ரா யார் என்று சொல்லவில்லையே? வீட்டுக் கார ரங்கசாமி அய்யங்காரின் மூன்றாவது மகள். இதோ வரு கிறாள். உள்ளே நுழையும்போதே ஒருவிதமான கன்றுக்குட்டித் துள்ளல்தான். 'குட்மார்னிங் விஜி சார்!' - ஒரு கிண்ணத்தை நீட்டி, 'காபி பவுடர்' என்றாள். விஜி அவளை நேராகப் பார்த்து, 'சர்க்கரை, பாலு... கேக்க வேண்டியதை எல்லாம் கேட்டுரு. லிஸ்ட்டே வெச்சிருப்பியே?'

சித்ரா, 'பெரிய லிஸ்ட்டு பின்னாடி வரது. கொசுவத்தி, மூட்டைப் பூச்சி மருந்து, ரேஷன் அரிசி, கோக்கோ மால்ட், அப்பா வாடகைப்பணம் கேக்கச் சொன்னா. அம்மாவுக்கு பயங்கரத் தலைவலி. சமையல் பண்ணி வெச்சுக்கட்டுத்தான் ஸ்கூலுக்குப் போகணும்... அய்ய். இது எப்ப எடுத்தது?' என்று தன் போட்டாவைப் பிடுங்கி இப்படிப் பார்த்து அப்படிப் பார்த்து ரசிப்பதை விஜி ரசித்தான்.

'அன்னிக்கு கேமரா கொண்டுவந்தேன் பாரு. அப்ப எடுத்தேன் நல்லா இருக்கா?'

'கொஞ்சம் மாறுகண் இல்லை நானு? இதை நான் வெச்சுக்கட் டுமா?'

'எனக்கு வேணுமே!'

'என்னை யாரும் போட்டோவே எடுத்ததில்லை' என்றாள் சித்ரா.

'உன் போட்டோவை அலமாரியில் வெச்சிருக்கேனே என்ன அர்த்தம்?' என்று சற்று அசட்டுத்தனமாகக் கேட்டான்.

'என்னா அர்த்தம்? என்று அவள் திருப்பிக் கேட்க, அவளுக்குப் புரியாது என்று விட்டுவிட்டான். 'என்னை ஏன் 'விஜி சார்'னு கூப்பிடறே? எனக்கு என்ன 'வயசு' சொல்லு?'

'ம்...ம் நாப்பதா?'

'உளறாதே... மூப்பத்து மூணு' என்றான் ஒரு வயசைக் குறைத்து.

'ஐயோ, அத்தனை வயசா! எனக்குப் பதினேழு!'

'என்னைக் கல்யாணம் பண்ணிக்கிறயா?' என்று விளையாட்டாகக் கேட்டான்.

'சான்ஸே இல்லை' என்றாள். பக்கத்து அறையிலிருந்து 'சித்ராஆஆ!' என்று குரல் கேட்க,

'வந்துட்டேம்மா! விஜி சார். எனக்கு ஒரு ஹெல்ப் பண்ணணும். எப்படியாவது அம்மாகிட்டே நைசாப் பேசி என்னை ஸ்கூல் பிக்னிக் அனுப்ப சம்மதிக்க வெச்சுடணும். எனக்குப் போணும்னு ரொம்ப ஆசையா இருக்கு.'

'சம்மதிக்க வெச்சா என்ன தரே...' என்றான் விஜி.

'என்ன வேணும், சீக்கிரம் சொல்லுங்கோ...'

'சித்ராஆஆ!'

'கன்னத்தில் ஒரு முத்தம், இப்பவே அட்வான்ஸா வேணும்.'

சித்ரா தன் உதட்டை விரலால் தொட்டு அவன் கன்னத்தில் ஒத்தி விட்டு அறைக்கு வெளியே ஓட, விஜி தன் கன்னத்தைத் தொட்டுக்கொண்டு அவள் போன திசையை நோக்கிச் சிரித்தான்.

எப்போதும்போல் பச்சைத் தண்ணீரில் குளித்துவிட்டு, சுத்தமாக ஆடைகள் அணிந்துகொண்டு, கார்பாலிக் சோப்பு விளம்பரக் காரன் போல விஜி, வீட்டுக்காரரைப் பார்க்க முன் வீட்டுக்குள் சுதந்தரமாக நுழைந்தபோது, ரங்கசாமி அய்யங்கார் சூர்யாவுக்கு கணக்குப் பாடம் சொல்லிக்கொடுத்துக் கொண்டிருந்தார். சூர்யா மழலையுடன், 'ஒரு ஆணும் ஒரு பெண்ணும் ஒரு வேலையை ஒரு மணி நேரத்தில் செய்தால், இரண்டு ஆணும் இரண்டு பெண்ணும் அதே வேலையை எத்தனை மணி நேரத்தில் செய்வார்கள்?' என்று அப்பாவைப் பார்த்தாள். அய்யங்கார் நெற்றியைச் சுருக்கிக்கொண்டு 'ஒரு ஆணும் ஒரு பெண்ணும் செய்யறதை 'எக்ஸ்'னு வெச்சுக்கோ...' என்றார். உள்ளே நுழைந்த மனைவி, 'இதெல்லாம்தான் குழந்தைக்குச் சொல்லித் தரதா?' என்றாள்.

'என்னடி பண்றது. பொஸ்தகத்தில் போட்டிருக்கே?' காபியை ஸ்டூல் மேல் வைத்த மனைவியின் கண்களைப் பார்த்தால், சித்ரா,

சூரியா இருவரின் கண்களின் வசீகரம் புரியும். அதே சமயம், அந்தக் கண்களில் பெண்ணைப் பெற்றவள் என்கிற சம்பிரதாயக் கவலையும் தீற்றியிருந்தது. அய்யங்காருக்கும் மாமிக்கும் வயசு வித்தியாசம் கொஞ்சம் அதிகம். 'நாராயணன் செயல்', 'நாராயணன் செயல்' என்று ஒருவிதமான கட்டுப்பாடும் இல்லாமல் நான்கு பெண்கள் பெற்றெடுத்தாகிவிட்டது. சர்வீஸில் இருக்கையிலேயே இரண்டு பெண்களுக்குக் கல்யாணம் செய்துவிட்டார். வாரியத்தில் கோல்மால் பண்ணி உதவி செய்தவர்கள் எல்லாம் ஏதோ ஒன்றிரண்டு பழுதில்லாமல் கொடுத்ததில் சமாளித்துவிட்டார். மிச்சமிருக்கும் இரண்டு பெண்களைப் பற்றித்தான் கவலை. அதுவும் லேட்டாகப் பிறந்துவிட்ட சூர்யா, பிள்ளையாகப் பிறக்காத ஆயாசம், எல்லாரும் சேர்ந்து அதைத்தான் மொத்துவார்கள்.

விஜி உள்ளே வந்தவன், சுதந்தரமாக, 'குட்மார்னிங் மாமி...! குட்மார்னிங் மாமா!' என்றான்.

சூர்யா, 'எனக்கு?' என்றாள்.

'குட்மார்னிங் சூர்யா! மாமா, இந்தாங்க வாடகை பாக்கி... ஃபிளஷ் லீக் ஆறதுன்னு ஆறு வாட்டி சொல்லியாச்சு. காரை பேர்ந்திருக்கிறதைச் சொல்லி அலுத்துப் போச்சு. வாடகை மட்டும் கணக்கா வாங்கிக்கிடறீங்க...'

'இவர்கிட்ட சொல்லி ஒரு ரிப்பேரும் ஆகாதுப்பா. நீயே செலவழிச்சுண்டு பண்ணிண்டுடு.'

'சித்ரா ஏதோ பிக்னிக் போகணும்னு சொன்னாளாமே?'

'உங்ககிட்டயும் சொல்லியாச்சா? என்னவோ பள்ளிக்கூடத்தில் 'மகிழ்ச்சி செலவாம், கொண்டா இருநூறு ரூபாயைன்னா எங்க போறது?'

'ரெண்டு ஆணு, ஒரு பெண்ணுப்பா...' என்றாள் சூர்யா.

'போடி! கணக்கைப் பாரு. இந்தக் காலத்தில் கணக்கில்கூட செக்ஸ்!' Checks என்று உச்சரித்தாள்.

'ச்செக்ஸ் இல்லைம்மா. ஸெக்ஸ்!'

விஜி, 'அதெல்லாம் கேக்றவங்க மனோபாவத்தில் இருக்குங்க.' என்றான்.

‘இருநூறு ரூபாதானே, போயிட்டு வரட்டுமே! குழந்தை ஆசைப்படறது…’ என்றார் ரங்கசாமி லேட்டாக.

‘ஆமா! இவர் தர்மப் பிரபு. பணத்துக்கு பாங்க்கில கொள்ளை யடிச்சாகணும்!’

‘பாங்க்கில எப்படிப்பா கொள்ளையடிக்கிறது?’ என்று கேட்டாள் சூர்யா.

‘ஒரு துப்பாக்கி வெச்சுண்டு, கர்ச்சீப்பால வாயை மூடிண்டு…’ என்று அபிநயத்துடன் ஆரம்பித்த ரங்கசாமி அய்யங்காரை, மனைவி ஆயாசத்துடன் பார்த்து, ‘சும்மாருங்கோ… அது நிஜம்னு நினைச்சுக்கப் போறது.’

‘விஜி கடன் கொடுக்கறான், வாடகைல கழிச்சுண்டாப் போறது… என்ன விஜி?’

‘கொடுத்த கடன்லாம் அடைக்கவே இல்லை! பாருப்பா… நீ இது சொல்றதை எல்லாம் கேக்காதே. ரிடையர் ஆயிட்டு இந்த வயசில பொண்ணைப் பெத்துண்டு பொழுதுபோகாம உளர்றது. புஸ்தகம் படிக்கறதைப் பாரு!

‘என்ன மாமா, ‘இந்து மதம் அழைக்கிறது’ தானே படிச்சிக் கிட்டிருக்கீங்க?’

‘இந்து மதம் அழைக்கிறது! உள்ளுக்குள்ள பாரு!’

‘சத்தமில்லாமல் முத்தம்’ என்று சூர்யா உள்ளே ஒளித்து வைத்திருந்த புஸ்தகத்தை அறிவிக்க, ரங்கசாமி அய்யங்கார் அவள் தலையில் நெத்த, மாமி, ‘இத பாருப்பா விஜி, கண்டிப்பா சித்ராகிட்ட இல்லைன்னு சொல்லியாச்சு. பிடிவாதம் பிடிச்சே சாதிக்க முடியும்னு நினைச்சிண்டிருக்கா. புதுசா ஏதாவது கிளப்பாதே. பிக்னிக் கிடையாது!’ என்றாள்.

விஜி, ‘பணம்தானே மாமி பிரச்சனை? விடுங்க. சமாளிக்கலாம். போய்ட்டு வரட்டும்!’

‘பணம் கொடுத்தாக்கூட அவளை பிக்னிக் அனுப்பத் தயாரா யில்லை நான்.’

‘ஏன்?’

சித்ரா குளித்துவிட்டுத் துண்டை மார்பில் உயர்த்திக் கட்டிக் கொண்டு குறுக்கே சென்றாள். போகிறபோது, 'அம்மா, என் உள்பாடி எங்க வெச்சிருக்கே?' என்று கேட்டுக்கொண்டே சென்றாள்.

'பார்த்தியா, இதான் காரணம்! இன்னும் குழந்தையாவே இருக்கா. இவ வயசில எனக்கு கல்யாணம் ஆயி லட்சுமியை உண்டாயாச்சு. இதுக்கு இன்னும் வெட்கம்கூடத் தெரியலை! இதைப் போயி பிக்கினிக்கு கிக்கினிக்குன்னு அனுப்பிச்சா, யாராவது...'

சித்ரா சென்ற அறையிலிருந்து ஸ்பஷ்டமாக, 'டீச்சர் அழைச் சுட்டுப் போறாங்க, போறதெல்லாம் கர்ள்ஸ்; பஸ்கூட பொம்ம னாட்டி பஸ்ஸு! டிரைவர் கிழவன்' என்று வெளியே வந்தாள்.

2

சித்ரா

சித்ரா கொஞ்சம் உயரக் குறைவுதான். தேவைக்கு அதிகமான வளர்த்தி. இது பல சந்தர்ப்பங்களில் கன்னத்தில் சிவப்பைத் தந்திருக்கிறது. சின்ன நெற்றி. கட்டையான அடர்த்தியான தலைமுடி. சங்கிலியையும் நகத்தையும் கடிக்கும் பழக்கம் உண்டு. பதினேழு வயதுக்கு செக்ஸ் அறிவு பற்றாக் குறைதான். மாமி ஏதும் சொல்லமாட்டாள். அவளுக்கு இன்னும் வயசாகவில்லை என்ற எண்ணம். 'குழந்தைன்னா அது! - ஒளியும் ஒலியும்'-ல நாயக நாயகிகள் எந்த மொழியிலும் கன்னத் தோடு கன்னம் உரசிக்கொள்வது சித்ராவுக்குச் சிரிப்பாகத்தான் இருக்கும். ப்ளஸ் டு படிக்கிறாள். பள்ளிக்குச் செல்கையில் ஏரோப்ளேன் பாண்டிக் கோடுகளைப் பார்த்தால், ஒரு நொண்டி நொண்டி விட்டுத் தான் செல்வாள். யார் மேல் கால் பட்டாலும் தொட்டுக் கண்ணில் ஒற்றிக்கொள்வாள். பாய்ஸைக் கண்டால் வெறுப்பு என்றில்லை. அக்கறையே கிடையாது. பள்ளிக்கூடத்தில் சுமதி டியரஸ்ட் ஃப்ரெண்ட், தமிழரசி எனிமி. பின்னவளுக்கும் சித்ராவுக்கும் படிப்பில் முதலிடத்துக்குப்போட்டி. ஒருமுறை

டி.பி.ஐ.பள்ளிக்கு விஜயம் செய்தபோது ஏற்பாடு செய்திருந்த நடன நிகழ்ச்சியில் கோபிகா ஸ்திரீகளில் ஒருத்தியாக சித்ரா, நடு சென்டர் கிருஷ்ணனை (தமிழரசியைச்) சுற்றிச் சுற்றி வரும் போது, மற்ற எல்லா பெண்களும் வலது பக்கமாகச் சுற்றிவர, இவள் மட்டும் இடப்பக்கம் சுற்றினதைத் தமிழரசி கேலியாகக் குறிப்பிட்டதிலிருந்து அவளுடன் எனிமி விட்டு, பிடிவாதமாக மூன்று வருஷம் பேச்சு வார்த்தையில்லை. தங்கை சூர்யாவை சமயம் வரும்போது நிமிர்த்திவிடுவாள். ரத்தம் வரக் கிள்ளுவாள். அபரிமிதமாக ஒரு குழந்தை போலவும் கொஞ்சுவாள். சீனுவுக்குக் கண்ணில் மையிட்டு, கழுத்துக்கு மாலை போட்டு அலங்காரம் செய்வாள். அந்த நாயைப் பின்னங்கால், காது இன்ன பிற பாகங்களிலிருந்து செந்தூக்காகத் தூக்கினாலும், சித்ராவின் மேல் அதற்குக் கோபமே கிடையாது.

சித்ரா குழந்தையா, வளர்ந்த பெண்ணா என்று சொல்வது கஷ்டம்.

விஜி, புதிய மலர்போல இருந்த சித்ராவைச் சற்று நேரம் பார்த்து மனத்தை நிரப்பிக்கொண்டான்.

'நீ என்னதான் சொல்லு, நான் உன்னை அனுப்பப் போறதில்லை' என்றாள் அம்மா.

'நான் போகத்தான் போறேன்!அப்பா. சொல்...லுங்கப்பா. விஜி சார்!'

'போய்ட்டுத்தான் வரட்டுமே...' என்றார் அய்யங்கார் வீக்காக.

'முடியாது' என்றாள் அம்மா அழுத்தமாக.

'அம்மா ஒழிக! ராட்சசி!'என்றாள் சித்ரா.

'பாத்தீங்களா, பெத்த தாயை என்ன பேச்சு பேசறா? இதுக்கு நீங்க இவளை அடிச்சே ஆகணும்! உனக்கு என்னடி தெரியும்? எதுத்த வீட்டு தடிப்பய மொட்டை மாடிலருந்து முறைச்சுப் பார்க்கறானே, உனக்குத் தெரியுமா?'

'அவன் பாட்டுக்குப் பாத்துட்டுப் போறான்! இட்ஸ் எ ஃப்ரீ கண்ட்ரி...' என்றாள் சித்ரா.

'பாத்தீங்களா... பாத்தீங்களா?'

விஜி அவளைச் சமாதானப்படுத்தும் வகையில், ‘சித்ரா, அம்மா சொல்றதிலயும் நியாயம் இருக்கு. இந்த மாதிரி விவரம் தெரியாம பேசக்கூடாது நீ.’

சித்ரா கோபத்துடன், ‘ஆமாம்! நீங்களும் சேர்ந்துக்கங்க. எல்லாரும் சேர்ந்து என்னை சத்தாய்ங்க! வருஷத்தில் இரண்டு நாள் மூணு நாள் ஃப்ரெண்ட்ஸோட சேர்ந்து போகலாம்னா எல்லாருக்கும் பத்திண்டு வந்துருமே! சித்ரா வீட்டிலதானே இருக்கணும்! சித்ரா மண்ணெண்ணெய் வாங்கிண்டு வா; சித்ரா இட்லிக்கு அரை; வீட்டைப் பெருக்கு; சாணி தெளி; சாக்கடை குத்து! இதே...தானே? இப்படியே பாழாப் போறேன்' - சொல்லி முடிப்பதற்குள் சித்ராவுக்கு அழுகை வந்துவிட, லேசாக விசும்பிக்கொண்டே கண்ணைத் துடைத்துக்கொண்டே பள்ளிக்குப் புறப்பட்டாள். ‘சித்ரா, இத பாரு’ என்று விஜி விளித்ததைப் பொருட்படுத்தவில்லை.

‘திமிரு! போகட்டும்’ என்றாள் அம்மா.

‘போய்ட்டுத்தான் வரட்டும்மா, அழறா பாரு’ என்றாள் சூர்யா.

‘ஆமா, தொண்டு கிழவி! சிபாரிசுக்கு வரா! எல்லாம் இவர் குடுக்கற எடம்! என்னமா எதுத்துப் பேசறா பாத்தீங்களா?’

‘கொஞ்சம் விட்டுக் கொடுக்கலாம் மாமி’ என்று சொல்லிவிட்டு ‘நான் இதை ஒழுங்கு பண்றேன்’ என்று விஜி ஆபீசுக்குப் புறப்பட்டான்.

பஸ் நிலையத்தில் சித்ரா நின்றுகொண்டிருந்ததைக் கவனித்தான். மூக்கை கர்ச்சீப்பில் துடைத்துப் பழமாக்கிக்கொண்டிருந்த அவளிடம் சென்று, ‘பிக்னிக் போகணும், அவ்ளதானே...? கவலைப் படாதே, நான் ஒரு மாதிரி உங்கம்மாவை அட்ஜஸ்ட பண்றேன்!’

‘போங்க சார். எல்லாரும் அந்த ராட்சசி கட்சி! அம்மா நாசமாப் போக! சிரிங்க, எனக்குப் பத்திண்டு வரது!’

அருகே நின்றுகொண்டு ரொம்ப நேரமாக சித்ராவையே வெறித்துப் பார்த்துக்கொண்டிருந்த இளைஞன், ‘ஹாய்! அவன் கூடத்தான் பேசுவியா, என் கூடல்லாம் பேசமாட்டியா?’ என்றான்.

அந்த இளைஞனுக்குச் சித்ராவின் வயதுதான் இருக்கும். கட்டை குட்டையாக இருந்தாலும் டீ ஷர்ட்டை மீறிப் புஜங்களில் புல் வொர்க்கர் தெரிந்தது. சித்ரா அவன் கேட்ட கேள்விக்குப் பதில் சொல்லாமல் விஜியுடன் தொடர்ந்து பேசிக்கொண்டிருந்தாள்.

'சார், எப்படியாவது பணத்துக்கு ஏற்பாடு பண்ணுங்க. நான் அந்த பிக்னிக் போய் ஆகணும்.'

'பணம்தானே? நான் ஏற்பாடு பண்றேன்' என்றான் இளைஞன்.

'டேய், சும்மார்றா?' என்றான் விஜி. அவன் 'கம்' மென்று கொண்டே விஜியை அணுகி காலரைப் பிடிக்க முற்பட்டான். 'நான் அவகிட்ட பேசறேன். உனக்கு என்ன மாமா கவலை?' விஜி அவனை அடிப்பதற்காக கையை வீச, அவன் சட்டென்று விலகி, தூரத்திலிருந்து சிரித்தான். கெட்ட வார்த்தை சொன்னான். கையாலும் காண்பித்தான். பஸ் வர, அதில் சித்ரா சட்டென்று ஏறிக்கொள்ள, அந்தப் பையன் விஜியைப் பார்த்து, 'உன்னைக் கண்ட பிறகுதான் கனவு காண நான் கற்றுக்கொண்டேன். இந்தப் புதுக்கவிதை உனக்கு இல்லை அவளுக்கு' என்று ஓடும் பஸ்ஸின் கம்பியைத் துரத்தித் தொத்திக் கொண்டு ஃபுட்போர்டிலிருந்து விஜிக்கு டாட்டா காட்டினான்.

விஜி சற்று நேரம் பிரமித்துப்போய் பஸ் சென்ற திசையையே பார்த்துக்கொண்டிருந்தான். சித்ராவுக்கு வெகு அருகில் அந்தப் பையன் நின்றுகொண்டிருந்தான். கண்டக்டர் வர, 'ரெண்டு டிக்கெட் சென்ட் ஏஞ்சல்ஸ், எச்சப் பண்ணாத டிக்கெட் கொடு வாத்தியாரே' என்று டிக்கெட் பெற்றுக்கொண்டு, சித்ராவின் புத்தகத்தில் ஒரு டிக்கெட்டைச் செருகி, 'உம் பேரு சித்ராதானே?' சித்ரா பதில் சொல்லாமல், அவன் இல்லை போலவே அலட்சியமாக ஜன்னலுக்கு வெளியே பார்த்துக் கொண்டிருந்தாள்.

'எம் பேர் தம்பு' என்றான். வாயில் சிகரெட் பொருத்திக் கொண்டான். உட்கார்ந்திருந்த பெரியவர், 'நோ ஸ்மோக்கிங்' என்று போர்டைச் சுட்டிக்காட்டினார்.

'தாத்தா, எனக்கு எழுதப்படிக்க வராது! கைநாட்டு கேஸு...'

'கண்டக்டர்!' என்று அவர் அதட்ட, கண்டக்டர் அங்கிருந்து 'யோவ், சிகரெட் பிடிச்சா எறக்கி விட்டுருவேன்...' என்றார்.

'பிடிச்சாத்தானே! வாயில் வெச்சுக்கிட்டா என்ன தப்பு? பத்த வச்சா சொல்லு' என்றான். கொஞ்சம் மௌனம் நிலவ, அவள்

கிட்டத்தில் இன்னம் கொஞ்சம் வந்து, 'எந்த ஸ்டாண்டர்டு?' என்றான்.

'நன் ஆஃப் யுவர் பிசினஸ்' என்றாள்.

'பெரியவர், 'ஏம்பா அந்தப் பெண்ணைப் போட்டு சத்தாய்க் கறே?' என்றார்.

அவர் அருகில் முகத்தைக் கொண்டு சென்று சட்டென்று நாக்கை நீட்டி, கடித்துக் கடித்து வைத்திருந்த சூயிங்கம் துண்டைக் காட்டி விட்டுச் சிரித்தான். அவன் திரும்பும்போது சித்ரா ஒரு ஜன்ன லோர சீட்டு பிடித்துக் கொண்டுவிட்டாள். கூட்டத்தில் இப்போது அவளருகில் செல்ல முடியவில்லை. தம்பு மற்ற பயணிகளை மெதுவாக நோட்டம் விட்டான்.

சித்ரா பள்ளியின் வாசலில் இறங்கிக்கொண்டபோது தம்பு உற்சாகமாக, 'குட்பை! டாட்டா!' என்று ஜன்னலிலிருந்து கையசைத்து, 'அப்புறம் பார்க்கலாம்' என்ற சொன்னதை சித்ரா ஒரு நிமிஷம் நிமிர்ந்து பார்த்து நாக்கை நீட்டி அவனைப் பார்த்து அழகு காட்டினாள்.

பள்ளியின் வாசலில் நிறைய கார்கள் நின்று கொண்டிருந்தன. சீருடையில் நூற்றுக்கணக்கான பெண்கள் வேப்ப மரங்கள் வரம்பிட்ட மைதானத்தில் குழுமிக்கொண்டிருந்தார்க்ள. சித்ராவின் கண்கள் அவள் சிநேகிதியைத் தேடின. பெல் அடிக்காததால் அவர்கள் அங்கே இங்கே சிதறியிருந்தார்கள். மரத்தடியில் பானு டீச்சர் ஏதோ ஒரு சரித்திர நாவலின் மூன்றாம் பாகத்தைப் படித்துக்கொண்டிருக்க, பின்னணியில் கல் கட்டடம் பள்ளிக்கு ஐம்பது வயசாவதைக் காட்டியது. கட்டட உச்சியில் ரோமன் எண்களுடன் பெரிய கடிகாரம் இருந்தது. இடதுபுறத்தில் சமீபத்திய கான்க்ரீட் கட்டடமும் இருந்தது. ஆயிரக்கணக்கான பெண்கள் உற்சாக ரகளைப் பூக்கள்போல இங்கும் அங்கும் ஓடி விளையாடிக்கொண்டிருக்க சித்ரா தன் சிநேகிதி சுமதியைக் கண்டுபிடித்துவிட்டாள். சுமதி, சித்ராவின் விசிறி. அவள் எது சொன்னாலும் சுமதிக்குப் பிடிக்கும். இருவருக்கு மிடையே அந்தரங்கம் கிடையாது. சுமதிக்குச் சொப்பு போன்ற முகம். போதாக்குறைக்கு கண்ணாடி வேறு. வாய் ஓயாமல் பேசுவதில் பரிசு கொடுக்கலாம் அவளுக்கு. இப்போதுகூட, 'ரெண்டு மார்க் கொறைஞ்சுடுத்துன்னா அதுக்காக இப்படியா சண்டை பிடிப்பா? ஒரு தடவையாவது ரெண்டாவது ராங்க்கா இரேன்.'

‘இல்லை சோமு, டீச்சர் வேணும்னுட்டே தமிழரசிக்கு மார்க் போடறதுதான் எனக்குப் பிடிக்கலை. அவ மட்டும் என்ன ஒஸ்தி? அதே ஸம், அதே ஆன்ஸர்தான் எனக்கும் வந்திருக்கு. ஒரு ஸ்டெப் விட்டுட்டேன். அதுக்காக மார்க் கொடுக்கலை. அவ பேப்பரையும் பாரு, என் பேப்பரையும் பாரு.’

‘த பாரு, தமிழரசிக்கு செத்தாலும் கல்யாணம் ஆகாது. உனக்கு எதுக்கு மேன் ராங்க்கு? அழகிருக்கில்லை? உன்னை வந்து கொத்திண்டு போயிடுவான்.’

‘கல்யாணத்துக்குத்தான் படிப்புன்னு உனக்கு எந்த முட்டாள் சொன்னான்?’

‘பின்னே...? வேற எதுக்காம்? எல்லாரும் கடைசில கல்யாணம் பண்ணிட்டுத்தானே ஆகணும்?’

‘நான் இல்லைம்மா, நான் படிச்சுட்டு கம்ப்யூட்டர் சயின்ஸ் பண்ணப் போறேன். நீ?’

‘எனக்குக் கல்யாணம் ஆயிடுத்து. காந்தர்வ விவாகம். கமலை மனசால வரிச்சுட்டேன். அவருக்குத் துரோகம் பண்ணக்கூடாது.

‘போன வாரம் ரஜினின்னே?’

‘சத்தியமா நான் சொல்லலை! அமிதாப்தான் சொன்னேன் ப்ச்... அவனைக் கல்யாணம் பண்ணிண்டா பாஷை புரியாது.

‘பைத்தியம்டி நீ.’

‘அமிதாப் லேட்டஸ்ட் பாத்தியா ஃபாப் யார்! மேம்பாலத்தில் இருந்து தோளில ஈகிளை வெச்சுக்கிட்டு அப்டி ரயில் மேல குதிச்சு... அப்டி பிளாட்பாரத்தில் குதிச்சு...’

‘சோமு, நீ பிக்னிக் போறியா?’

‘ஆமா, நீ?’

‘அம்மா வேணான்னுட்டா...’

‘இட்ஸ் கோயிங் டு பி ப்யூட்டிஃபுல்! நாப்பது கேர்ள்ஸ் வராங்க. டீச்சர் யாரு தெரியுதுல்லை! நம்ம பானு டீச்சர். ஒரு தொந்தர வில்லை. அது பாட்டுக்குத் தொடர்கதை படிச்சிட்டிருக்கும். நாம

பாட்டுக்கு ஜாலியா சுத்தலாம். சித்! நான் உன்கிட்ட ஒண்ணு காட்டுவேன். யார்கிட்டயும் சொல்ல மாட்டியே?'

'இல்லை, சொல்லு' என்றாள் சித்ரா.

'ப்ராமிஸ்? அம்மா மேல அப்பா மேல தூ விட்டேன் சொல்லு.'

'அம்மா மேல அப்பா மேலே தூ விட்டேன்' என்று சுமதியின் உள்ளங்கையைக் கிள்ளினாள்.

'எச்சத் துப்பு!'

சுமதி, அவள் ஓட்டாஞ்சில்லில் எச்சில் துப்பியதும், தன் சட்டையின் உள்ளே ஒளித்து வைத்திருந்த கடிதம் ஒன்றைக் காட்டினாள். 'எங்க அக்காவுக்குக் கொண்டு குடுக்கணும். எதித்தாத்துப் பையன் கொடுத்தான். குடுக்கறதுக்கு முன்னாடி ஒரு கிளான்ஸ் பாத்துரலாம்.'

இருவரும் ஒரு சிமெண்ட் பெஞ்சியை அணுகி அதில் எதிர் எதிராக உட்கார்ந்து கொள்ள, சுமதி,

என் பிரியமுள்ள காதலியே,

(ஆசிரியப்பா)

அன்பே அமுதே கரும்பே தேனே
உன்பால் காதல் கொண்டேன் மானே...

'ஸில்லி!' என்றாள் சித்ரா.

'காதல்னா எப்படி மேன் இருக்கும்? எங்கக்கா இருக்காளே, ஒரு மாதிரி விளக்கெண்ணெய் குடிச்ச மாதிரி இருக்கா. எப்ப பார்த்தாலும் வெத்துப் பார்வை! இதான் காதலா?'

'மலச்சிக்கலாவும் இருக்கலாம்' என்றாள் சித்ரா. இருவரும் சிரித்துக்கொண்டார்கள்.

அந்தப் பள்ளியை அணைத்தவாறு போட்டிருக்கும் ரோடு சற்றே உயர்மட்டத்தில் இருந்தது. இருபுறமும் புராதன மரங்கள் சூர்யானுமதியைத் தவிர்த்திருக்க, கார் நிற்க வசதியாகவும் இருந்தது. அங்கே ஒரு டொயோட்டா கார் நின்று கொண்டிருந்தது. அதன் முன் கதவு திறந்திருக்க, அதிலிருந்து ராட்சச லெவலில் பாப் சங்கீதத்தின் 'தொம் தொம்'கள், போலிஸ்

குழுவின் ஸிங்க்ராணிஸிட்டி கேட்டுக் கொண்டிருந்தன. முன் சீட்டில் இருவர். அவர்களில் ஒருவன் கண்களில் பைனாகுலர் வைத்துக்கொண்டு தூரத்துப் பள்ளிப் பெண்களை மெல்ல வருடிக்கொண்டிருந்தான். ஓட்டும் சீட்டில் இருந்தவன் ஒரு பியர் பாட்டிலைத் தலையைக் கடித்து விடுவித்துக் கொஞ்சம் உள்ளே செலுத்திக்கொண்டு, 'என்ன, ஆப்ட்டுதா?' என்றான்.

'த பார் இதான்' என்று மற்றவன். பைனாகுலரைக் கொடுக்க, இப்போது அவன் நாம் முன்பு சந்தித்த தம்பு என்று தெரிகிறது. மற்றவன் பைனாகுலரை வாங்கி அவன் சொன்ன திசையில் பார்த்தான். 'சிமென்ட் பெஞ்ச்சில் ரெண்டு உக்காந்துக்கிட்டு சிரித்துப் பேசிக்கிட்டிருக்கே!'

'அதான்... அதான்...' பைனாகுலரில் சித்ராவும் சுமதியும் தீட்டப்பட்டார்கள்.

'லெஃப்ட்டா, ரைட்டா?'

'லெஃப்ட்ப்பா... சரியான காஜி!'

'நாட் பேட்... பேரு...?'

'சித்ரா! பிராமின்ஸ்! எப்டி சிரிக்கிறா பாரு? புஷ்பம் இல்லை?' பைனாகுலரை வைத்துவிட்டுத் தம்புவைப் பார்த்தான்.

'எப்டி?'

'ஷி இஸ் ஓகே! பார்த்துரலாம்' என்று, 'இறங்கிக்க, நான் டவர்ஸ் போறேன்.'

தம்பு, 'வினோத்! ஒரு விஷயம்...'

'அர்ஜண்ட்டா நூறு ரூபா வேணும்... அவ்வளவுதானே?'

'ஆ... ஆமாம். என் மனசைப் படிச்சுட்ட ஸுப்ரிமோ!'

வினோத் தன் பையிலிருந்து நூறு ரூபாய் நோட்டு ஒன்றை எடுத்துக்காட்ட, தம்பு அதை அபகரிக்க முயலும்போது வினோத், 'அப்படி இல்லை' என்று அதைக் காகித அம்பாகச் செய்து சன்னலுக்கு வெளியே ஏவிவிட, அது குப்பையில் விழ, 'பொறுக்கிக்க' என்று சொல்லிவிட்டு சீறிப் புறப்பட்டான்.

3

வினோத்

வினோத் பிறந்ததிலிருந்தே செவிலிகளால் வளர்க்கப்பட்டவன். அவன் அம்மாவுக்கு ஃபிகர் கெட்டுப்போய்விடாமல் வேற்று முகம் வேற்று முலை என்று வளர்ந்தவன். இரண்டரை வயதிலேயே க்ரஷில் அனுமதிக்கப்பட்டவன். பெரிய பார்ட்டிகளின் நடுவில் அவ்வப்போது கொண்டு காட்டப் பட்டவன். வேலைக்காரர்களின் மத்தியில் வளர்ந்தவன். அலம்புவதற்கு ஒரு ஆயா, துடைப்பதற்கு ஒரு ஆயா. பாடம் சொல்லித் தர ஒரு ஆங்கிலோ இந்தியப் பெண். தாய் தந்தையர் ஜெனிவாவுக்கும் சிங்கப்பூருக்கும் சென்று கொண்டிருக்கையில். இவன் கொடைக்கானலில் போர்டிங் ஸ்கூலில் வாசம், அங்கிருந்து 'டு டியரஸ்ட் வின்னு' என்று வண்ண வண்ண கார்டுகளைப் பெற்றுக்கொண்டவன். என்றாவது ஒரு நாள் 'உன்னைப் பார்க்க உன் பெற்றோர் வந்திருக் கிறார்கள்' என்று விடுதியில் செய்தி வரும். அவனை அலம்பிச் சீருடை அணிய வைத்து, சின்ன கால்களுக்கு வண்ண ஷூக்கள் அணி வித்து, அஸெப்டிக்காகக் கொண்டுவந்து காட்ட 'வின்னு! கம் டு மம்மி!' என்றொரு

பெண் அவனைப் பார்த்து புன்னகைத்துக் கூப்பிட, மிகுந்த தயக்கத்துடன் அம்மாவிடமும் அப்பாவிடமும் செல்வான். 'கம்மான் மை பாய்!' என்று கைக்கடிகாரத்தைப் பார்த்துக் கொண்டு ஒரு முத்தம் கொடுக்க கடமையுடன் அம்மாவிடம் கொடுக்கப்படுவான். லிப்ஸ்டிக் கலையாமல் அம்மா ஒரு முத்த ஒத்தி... அதன்பின் கீழே வைக்கப்படுவான். உடனே வார்டனிடம் ஓடுவான்.

அடிக்கடி வந்து பார்த்துக்கிட்டு இருங்க மிஸ்டர் ராம்கோபால். பையனுக்கு உங்க மூஞ்சியே மறந்து போயிரும்.'

'நோ டைம்! எங்கங்க டைம்!'

'இவங்களாவது வந்து பார்த்துக்கிட்டு இருக்கலாமில்லை.'

'இவளா? இவ என்னைவிட பிஸி!'

சன்னல் கண்ணாடி வழியாக அப்பாவும் அம்மாவும் காரேறிப் போனதைக் கண்கொட்டாமல் பார்த்துக்கொண்டிருப்பான். போர்டிங் ஸ்கூல் முடிந்ததும் வினோத்தை காப்பிட்டேஷன் கொடுத்து, பங்களூரில் ஒரு தனியார் பொறியியல் கல்லூரியில் சேர்த்தார்கள். செமஸ்டர் அமைப்பில் இரண்டு வருஷத்தில் பன்னிரண்டு சப்ஜெக்ட் சேர்த்து வைத்துக்கொண்டான். ஒன்றாவது பாஸ் செய்யவில்லை. இரானியர்களுடன் சுற்றினான். மோட்டார் சைக்கிளில் விழுந்தான். அதன்பின் அவன் கல்லூரிப் படிப்பைத் தொடரவில்லை. அப்பா கேட்டுப் பார்த்ததற்கு இப்போ அப்போ என்று ஒத்திப்போட்டுக் கொண்டிருக்கிறான். வயசு இருபத்திரண்டாகப் போகிறது. பார்க்காத பழக்கமில்லை, லாகிரி வஸ்து இல்லை, பெண்ணில்லை; இருந்தும் எதிலும் நிரந்தரப் பற்றில்லை. லைசென்ஸ் இல்லாத துப்பாக்கி வைத்திருக்கிறான். எதற்கு என்று அவனுக்கு தெரியாது.

அடந்த புருவங்களுக்கு இடையில் மெலிய தழும்பு (விபத்து), கவர்ச்சிகரமான பெண்ணாய்ப் பிறந்திருக்க வேண்டிய கண்கள், மிக மெல்லிய உதடுகள், இந்த வயசுக்கு முகத்தில் ரோம அடர்த்தி குறைவு.

வினோத் மிக உயர்ந்த நிக்கான் கேமரா வைத்திருக்கிறான், அதன் சகலவிதமான பிற சேர்க்கைகளுடனும். வினோத்துக்கும் ஃபோட்டோ பிடிப்பதில் மிகுந்த ஆர்வம் - அதுவும் பெண்களை. அதுவும் ஆடையில்லாமல்!

சிவப்பான அந்த டொயோட்டா கார் ஓர் அவசர ரத்தத்துளிபோல விரைந்தது. கிடைத்த இடைவெளியையெல்லாம் பிடித்துக் கொண்டு விளக்குகளுக்கு மரியாதை கொடுக்காமல், அவ்வப் போது பிரத்தியேக சங்கீத ஆரொனொலியால் பாதசாரிகளைப் பிரமிக்க வைத்து, கிரீம்ஸ் ரோட்டில் மவுண்ட் ரோடைத் துறந்து, அப்போலோ ஆஸ்பத்திரி தாண்டி, ஒன்பது மாடிக் கட்டடத் தின் கேட்டுக்கு வந்து 'சக்' கென்று நின்று 'டூட்' என்று கூப்பிட்டது. காவலாளி முதலில் சலாம் போடுவதா, கதவைத் திறப்பதா என்று குழப்பத்தில் மரியாதை இருந்தது.

வினோத் உள்ளே காரைத் துறந்து ரிஸப்ஷன் பகுதிக்குச் சென்று அங்கே வீற்றிருந்த பெண்ணிடம், 'குட் மார்னிங்! பெரியவர் இருக்காரா? இல்லை, ஃபாரின் போயிருக்காரா?'

'ஹி இஸ் இன் மிஸ்டர் வினோத்.'

'பார்க்க முடியுமா?'

'ஒன் மினிட் மிஸ்டர் வினோத்...' என்று அவள் சாயம் தீட்டிய விரலால் இண்டர்காமை ஒத்தி, 'ப்ரீத்தி, இஸ் தி பாஸ் இன்?'

'யெஸ்... பட், ஹி ஸ் நாட் டு பி டிஸ்டர்ப்ட்.'

'அவருடைய ஸன்.'

'ஜஸ்ட் எ மினிட்' என்று அந்தப் பக்கத்து ப்ரீத்தி குரலில் படபடப்புத் தெரிய, வினோத் எதிரே இருந்த சோபாவில் உட்கார்ந்து சுவரில் மாட்டியிருந்த சத்தீஷ் குஜ்ராலை ஒரு கணம் பார்த்துவிட்டு சின்ன மேசை மேலிருந்த பிஸினஸ் வோர்ல்ட், இண்டஸ்ட்ரியல் டைம்ஸ் போன்ற துடிப்புள்ள பத்திரிகைகளைப் புரட்டினான்.

வினோத் முரட்டுத் துணியில் பாண்ட் அணிந்திருந்தான். தலையை வாரம் ஒரு முறைதான் வாருவான் என்பது ஊர்ஜிதம். பார்த்தால் ஒரு மெக்கானிக் போல (ஏர்கண்டிஷன் ரிப்பேர்) இருந்தானே தவிர, அந்த சாம்ராஜ்ய சொந்தக்காரரின் மகன் என்று சொல்வது கஷ்டம்.

'யூ கன் ஸீ ஹிம் மிஸ்டர் வினோத்.'

'ரொம்ப நன்றிங்க. இந்த உதவியை வாழ்நாள் முழுவதும் மறக்க மாட்டேன்' என்று அவளைப் பார்த்து மிகையாக வணங்கிவிட்டு லிஃப்ட்டில் நுழைந்து ஒன்பதாவது பட்டனைத் தாக்கினான்.

அந்த அறையின் மூன்று சுவர்கள் பெரும்பாலும் கண்ணாடியாய் நகரின் மௌனமான இயக்கத்தைத் தெரிவித்தன. நான்காவது சுவரில் வியாபாரப் பெருக்கத்தின் சார்ட்டுகள் மாட்டியிருந்தன. சன்னலோரத்தில் புதிய மலர்க்கொத்து சென்னையை நோக்கிப் புன்னகைத்துக் கொண்டிருந்தது. வினோத் உள்ளே நுழைந்த போது, ராம்கோபால் டெலிபோனில், 'எயிட் பாயிண்ட் ஃபைவுக்கு முடிச்சுருங்க. அப்புறம் ஸ்டாக் விழுந்துரும். ஸெல் இட்!' என்று பேசிக்கொண்டிருந்தவரை, பெற்ற தகப்பனை, வினோத் முழு அந்நியர்போல வேடிக்கை பார்த்தான். ஸூட் லண்டனில் வாங்கியது. மிச்சமிருக்கிற தலைமுடியைச் சிக்கன மாக வெட்டி வாரி நீண்ட நாசியிலும் காதோரத்திலும் முடி அடர்த்தி, லேசாக வழுக்கை. யாராவது இவரை செக்ஸ் உணர்ச்சி அதிகமான ஆசாமி என்று சொன்னால் நான் மறுக்க மாட்டேன். இத்தனை வயசிலும் அவரிடம் ஒருவிதமான சார்ம் - கவர்ச்சி இருக்கத்தான் இருந்தது. மகனின் குப்பையான கலைந்த தோற்றத்துக்கு முழுமையான எதிர்மறை.

'ஸோ ஹான், வில் ஸ்பீக் டு யூ லேட்டர்.'

வினோத், 'ஹாய் பாப்' என்றான்.

ராம்கோபால் இண்டர்காமைத் தட்டி, 'ப்ரீத்தி, நோ மோர் கால்ஸ் ப்ளீஸ்...' கடிகாரத்தைப் பார்த்து 'ஃபோர் அனதர் ஃபைவ் மினிட்ஸ்' என்றார்.

'வா வினோத் உக்காரு!'

வினோத் அவர் எதிரே உள்ள நாற்காலியில் உட்கார்ந்து, 'அஞ்சு நிமிஷம் கொடுத்திருக்கீங்க' என்றான். சுற்றிலும் பார்த்து, 'நைஸ் ஆஃபீஸ்' என்றான்.

'இங்க வந்ததில்லை நீ...'

'இல்லை.'

'எல்லாம் உனக்குத்தான்.'

'பார்டன்!' என்றான் நிஜமாகவே புரியாமல்.

'இந்த ஆஃபீஸ், இந்த கார்ப்பரேட் சாம்ராஜ்யம் எல்லாமே உனக்குதாண்டா மகனே! வா, இந்த நாற்காலியில் உக்காந்து

பாரு... ஃபீல் இட்!' என்று எழுந்திருந்து, பைப் பற்றவைத்து, 'என்னிக்காவது ஒரு நா நீ இங்க உக்கார்ந்தாகணும்' என்றார்.

வினோத் அவர் சொன்னதைக் கவனிக்கவே இல்லைபோல 'எனக்கு பணம் வேணும்' என்றான்.

ராம்கோபால் முகத்தில் ஏமாற்றம் தெளிவாகத் தெரிந்தது 'எதுக்கு?'

'பணம் எதுக்கு, செலவழிக்க...'

'எத்தனை?'

'ரெண்டாயிரம்.'

'எதுக்குன்னு கேக்க எனக்கு உரிமை இருக்குன்னு நினைக்கிறேன்.'

வினோத் சட்டென்று எழுந்து, 'வேண்டாம், அப்புறம் பார்த்துக்க லாம்... குட் பை' என்றான். கதவை நோக்கிச் சென்றான்.

ராமகோபால் அவசரமாக, 'இரு, இரு வினோத்! என்னைப் பாரு, என்னை நேராப் பாரு! கேக்கறதுக்கு எனக்கு உரிமை இருக்கா, இல்லையா?'

வினோத் அலட்சியமாக, 'இருக்கு, நிறைய இருக்கு! ர்ரைட் யூ ஆர்! வரட்டுமா. அஞ்சு நிமிஷம் ஆயிருச்சு.'

ராம்கோபால் கோபத்துடன், 'வெய்ட் யூ பாஸ்டர்ட்' என்று அதட்டினார். அவன் நிற்க, அவன் அருகே வந்து, 'பாரு வினோத்! என்மேல உனக்கு அன்பு, இஷ்டம், கருணை, கன்ஸிடரேஷன் ஏதாவது இருக்கா, சொல்லு?'

வினோத் புன்னகையுடன், 'எனக்கு உங்களைத் தெரியாது. ஐ டோன்ட் நோ யூ. எனக்கு வயசு இருபத்திரண்டு. மொத்தம் உங்களை இருபத்திரண்டு நிமிஷம் பார்த்திருப்பேன். ஆல்வேஸ் பிஸி! எப்படி வரும் அன்பு, இஷ்டம், கருணை... அப்புறம் என்ன? கன்ஸிடரேஷன்!'

'உன்னை யார் என்கூட இருக்க வேண்டாம்னாங்க. இதெல்லாம் உனக்குத்தானே!'

'நோ... தாங்க்ஸ்! வேண்டாம் எனக்கு.'

'பின்ன என்னதான் வேணும் உனக்கு?'

'சொன்னனே. ரெண்டாயிரம் ரூபாய்!'

ராம்கோபால் திகைத்துப் போய் இன்னமும் நம்பிக்கை தளராமல், 'தினப்படி ஆபீஸ்ல ரெண்டு மணி நேரம் வந்து உட்காரு. கீழ இருந்து, ஷாப் ஃப்ளோரில் இருந்து ஆரம்பிச்சு, மெல்ல மெல்லத் தொழில் கத்துக்க... அஞ்சாயிரம் ரூபாய் சம்பளம் போட்டுத்தரேன்.'

அப்போது ராம்கோபலின் செக்ரட்ரி ப்ரீத்தி உள்ளே வந்து, ஒரு டெலக்ஸை அவரிடம் கொடுத்து, 'எக்ஸ்கியூஸ் மி சார், திஸ் இஸ் ராதர் அர்ஜெண்ட்' என்றாள். ராம்கோபால் அந்த டெலக்ஸைப் படித்துக்கொண்டிருக்கும்போது வினோத் ப்ரீத்தியைக் கண் கொட்டாமல் பார்த்தான். அவள் ஒரே ஒரு கணம் அவனைப் பார்க்க, இவன் புன்னகைத்தான். அந்தப் பெண் சட்டென்று பார்வையைச் சரித்துக்கொண்டாள். ராம்கோபால், 'இதை கமர்ஷியல் டைரக்டருக்கு அனுப்பிடு ப்ரீத்தி' என்று சொல்ல, ப்ரீத்தி வெளியே செல்ல,

'இந்த மாதிரி பொண்ணு செக்ரட்ரி தருவிங்களா? கீழருந்து ஆரம்பிக்கிறேன்' என்றான் வினோத்.

ராம்கோபால் அவனை வெறுப்புடன் பார்த்தார், 'உன்னைத் திருத்தவே முடியாது, போ! அக்கவுண்ட் செக்ஷன்ல வவுச்சர் போட்டு வாங்கிக்க. எம்டிஸ் கண்டின்ஜெண்ட் எக்ஸ்பென்டிச்சர்னு சொல்லு, போ, ஒழி, என் முன்னால நிக்காதே.'

வினோத், 'தாங்க்ஸ் பாப், யூ ஆர் வெரி கிரேட்!' என்று புன்னகையுடன் கிளம்பினான். கதவைத் திறந்து வெளியே செல்லும் போது ஒரு முறை தயங்கி அவரைப் பார்த்தான். 'பை' என்றான்.

வெளி ஆபீஸில் உட்கார்ந்திருந்த ப்ரீத்தியின் மேசை விளிம்பில் வந்து உட்கார்ந்தான்.

'ப்ரீத்தியா நீ? அக்கவுண்ட் செக்ஷன் எங்க இருக்கு? ரெண்டாயிரம் ரூபாய் வவுச்சர் போட்டுக் கொடு. எம்டிஸ் கண்டின்ஜெண்ட் எக்ஸ்பென்டிச்சர்.'

அவள் சற்று சங்கடமாக எழுதித் தர, மெல்லிய பச்சை நிற ஷிஃபானின் ஊடே தெரிந்த அவள் மார்பைப் பார்த்துக் கொண்டே, 'உனக்கு ஒரு ஜோடி ரொம்பப் பெரிய...'

ப்ரீத்தி சற்றுக் கோபத்துடன் நிமிர்ந்து நோக்க 'கண்ணு' என்றான்.

4

அந்த ரெஸ்டாரண்ட்டில், தடுக்கி விழாமல் உள்ளே போய் உட்கார முடியாத இருட்டு. நடுவே மட்டும் செலஃபேன் பேப்பரால் விடுவிக்கப்பட்ட ரத்த ஒளியில் ஒரு பெண் 'முஸ்தாஃபா'வின் அண்ணா சாலைப் பதிப்புக்குத் தன் இஷ்டத்துக்கு இடுப்பால் ஆடிக்கொண்டிருந்தாள். விளக்கு மாற, வானவில் பாவாடை திரி திரியாக அவள் தொடையைக் காட்டியது. ஆஃப்ரோ ராக்கும் பரதமும் கலந்த ஒரு நாட்டியம். நடன மேடைக்கு அருகில் அவளுக்கு முதுகைக் காட்டிக்கொண்டு வினோத் தன் சிகரெட்டை யோசித்துக் கொண்டிருந்தான். எதிரே தம்பு அவளை இமைக்காமல் பார்த்துக்கொண்டிருந்தான். 'பார்றா, பார்றா! தூக்கி போட்டுட்டாடா' என்று வினோத்தைத் திருப்பினான்.

'எல்லாம் பார்த்தாச்சு நிறைய!'

'ஐயோ! அடப்பாவீ! ஃபுல்லா கழட்டப் போறாளா?'

'மாட்டா. ஃபுல்லா கழட்டிட்டா ஆட்டம் க்ளோஸ்' என்று ஒரு புத்தகத்தைப் பிரித்துக் கொண்டான் - 'தி ஹிஸ்டரி ஆஃப் வெஸ்டர்ன் ஃபிலாஸஃபி.'

‘வரா வரா! நம்மகிட்ட வரா’ என்றான் தம்பு ஆர்வத்துடன்.

‘வரட்டுமே, இப்ப என்ன?’

அந்தப் பெண் இயந்திர கதியில் ஆடிக்கொண்டே அங்கங்கே தெரிந்த வழுக்கைத் தலைகளையெல்லாம் தொட்டுத் தொட்டு விட்டு வினோத்திடம் வந்தாள்.

‘ஹாய்! வாட் டு யூ ட்ரிங்க்? ஆரஞ்சு ஜூஸ்?’ என்றாள். தம்பு சில செண்டிமீட்டர்களே மறைக்கப்பட்ட அவள் மார்பை ஆனந்தமாகத் தரிசித்தான்.

‘ரம்’ என்றான் வினோத், அவளைப் பார்க்காமல்.

‘ரம் வித் வாட், வினோத்?’

‘மோர் ரம்’ என்றான்.

‘என் தலைமேலத் தேயேன்’ என்றான் தம்பு.

‘வாட் இஸ் ஹி ஸேயிங்?’

‘ஹி ஸேஸ் ரப் ஆன் ஹிஸ் ஹெட்!’

‘நாட்டி பாய்... நாட்டி பாய்’ என்று சிரித்தாள். தம்பு, ‘வாட்ஸ் யுவர் நேம்?’ என்று அவளுடன் கொஞ்சம் கோமாளியாட்டம் ஆடிப்பார்த்தான்.

‘பாபி!’

‘எந்த ஊரு?’

‘லண்டன்...’

‘ஓமலூரு’ என்றான் வினோத்.

‘அங்கா... ச்சிக்குட்டி! எப்டி இருக்கு பார்றா. தமிழ் தெரியுமா லட்டு?’

‘ஏன் தெரியாம? எல்லாம் தந்தி கேஸு’ என்று வினோத் மிச்சமிருந்த ஒரு கொக்கியை இழுத்தான். அவள் அவன் கையைத் தீர்மானமாக விலக்கி, ‘நாட்டி பாய்’ என்றாள். ‘வினோத், யூ வாண்ட் டு டேக் சம் மேர் போட்டோஸ்? க்ளிக்? க்ளிக்?’

'வேண்டாம். நிறைய எடுத்தாச்சு.'

'அவள் பக்கத்து மேசைக்குச் செல்ல, தம்பு, 'நூறு ரூபாய்க்கு வருவாளா?' என்றான்.

'புருஷன் டிரம் அடிச்சுக்கிட்டு இருக்கான். பல்லைப் பேத்துருவான். இவ வரமாட்டா. வேற பார்ட்டிங்க வரும்.'

'போகலாமா... எனக்குக்கூட ஒரு அட்ரஸ் தெரியும்.'

'வேண்டாம்' என்றான் வினோத்.

'ஏண்டா?'

'இதெல்லாம் சுலபமா கிடைக்கிறது. த்ரில் இல்லை!'

'பின்ன யார் வேணும் உனக்கு?'

வினோதின் மனத்தில், பைனாகுலரில் சிரித்துப் பேசிக்கொண்டிருக்கும் சித்ராவின் வடிவம் சலனித்தது.

'சித்ரா' என்றான்.

சித்ரா அப்போது டெலிவிஷன்முன் உட்கார்ந்திருக்க அப்பா அதன் தலையில் தட்டிக்கொண்டிருந்தார். காட்சிக்குப் பதிலாகச் சில தீற்றல்கள்தான் தெரிந்துகொண்டிருந்தன.

'தவணை முறையில் வாங்கினா இப்படித்தாம்பா இருக்கும்.' என்றாள் சித்ரா.

பின்னால் தவித்துக்கொண்டிருந்த சூர்யா, 'அப்பா! எதாவது பண்ணுங்களேன்பா. ஒளியும் ஒலியும்...'

'இற்றி. ஸ்டுடியோவில் கரண்ட்டு போயிருக்கோ என்னவோ...'

'அவாத்தில எல்லாம் பளிச்சுன்னு தெரியறது. சீக்ரம்பா சீக்ரம்.'

அப்போது விஜி உள்ளே நுழைந்து, 'என்னது, குடலாப்ரேஷன் பண்ணிட்டிருக்கேள் டி.வியை? மாமி, இந்தாங்கோ கொசுவத்தி, மூட்டை பூச்சி மருந்து, கோக்கோ மால்ட். சார், கொஞ்சம் ஒதுங்குங்கோ. உங்க பொட்டில ஏதும் குறையில்லை. ஆண்டெனா கனெக்ஷன் போயிருக்கு...' என்று, கீழே கிடந்த ஆண்டெனா கேபிளைப் பொருத்த, அது சட்டென்று உயிர் பெற்று, பாட்டுக் கேட்டு, படம் தெரிந்தது.

'ஜீனியஸ்டா நீ!'

டெலிவிஷனில் டூயட் தெரிந்தது. மலைப் பிரதேசம், கடற்கரை, மழை என்று சளைக்காமல் நடிகனும் நடிகையும் பைத்தியக்கார ஆட்டம் ஆடிக்கொண்டிருக்க, 'டிரஸ் சேஞ்சு டிரஸ் சேஞ்சு' என்று அக்காவும் தங்கையும் ஆரவாரிக்கும்போதெல்லாம், அவர்களும் உடை மாற்றிக்கொண்டிருந்தார்கள். ஒரு கட்டத்தில் அவர்கள் கட்டி முத்தம் கொடுப்பதுபோலப் படு க்ளோஸாக வந்து கட்டிப்புரள, அம்மா அதைப் படக்கென்று அணைத்தாள்.

'என்னம்மா இது?' என்றாள் சித்ரா.

'இது முத்தம் கொடுக்கறதைவிட மோசம். நிறுத்தித் தொலை சனியனை. அடுப்பில் பால் வெச்சிருக்க. போய்ப் பார்த்துக்கோ. சூர்யா போய்ப் படி! உங்களுக்கென்ன இதெல்லாம்? ரொம்ப பார்த்தா ஆஸ்த்மா கம்ப்ளெயிண்ட் வந்துரும்.'

'பிக்னிக் போகக்கூடாது, டி.வி. பார்க்கக்கூடாது... நான் என்ன, வெச்ச வேலைக்காரியோ?' என்றாள் சித்ரா.

'எதுத்துப் பேசாதே மூதேவி!'

சித்ரா முறைக்க,

'ன்னா, இதை முதுகில நாலு அறை அறைங்கோ... முறைக் கிறயா முண்டை!'

'ஏம்மா... ஏம்மா அப்படியெல்லாம் குழந்தையைத் திட்டறிங்க?'

சித்ரா சபித்துக்கொண்டே உள்ளே போக,

'சித்ரா, நில்லு! பாருங்கோ மாமா... சித்ரா ஸ்கூல்ல விசாரிச்சேன். பிக்னிக் சரியான எஸ்கார்ட்டோட ஓகெனக்கல் போறாளாம். ஆளுக்கு நூற்றம்பது ரூபாதானாம். நானே பணத்தைக் கொண்டு கட்டிட்டு, இவளுக்கு ஒரு ஸீட் ரிசர்வ் பண்ணிட்டு வந்திருக் கேன்' என்றான் விஜி.

'என்னது?' என்றாள் அம்மா.

சித்ரா பளிச்சென்று திரும்பி, 'விஜி சார்! யூ ஆர் கிரேட்...'

'நீ உள்ளே போ' என்று அவளுக்கு ஜாடை காட்டிவிட்டு, 'மாமி குழந்தை ஆசைப்படறது...'

'போய்ட்டுத்தான் வரட்டுமே' என்றார் அய்யங்கார் மனைவியைச் சந்தேகமாகப் பார்த்துக்கொண்டே.

'எல்லாரும் எனக்கு எதிரா கட்சி கட்டிண்டுட்டேள்... த பார் விஜி! பணம் கொடுத்துட்டியா?'

'கொடுத்தாச்சு. திரும்பி வாங்கிக்க முடியாது.'

'என்ன எழுவு புடுங்கல் பாருங்கோ! எல்லாம் இவர் கொடுக்கற இடம்! இந்தாத்துல யார் என் பேச்சைக் கேக்கறா... அவளுக்கு ஏதாவது ஆச்சுன்னா நீ பொறுப்பு ஏத்துக்கறாயாப்பா?'

'சரி, என் பொறுப்பு! ஏன் எல்லாத்திலயுமே கறுப்பான பக்கத்தைப் பார்க்கறீங்க?'

'அது ஒண்டிதானே எனக்குத் தெரியறது! ஒரு தாயா இருக்கற துனால எப்படியாவது கல்யாணத்தை முடிச்சு, துரத்தி அனுப்பற வரைக்கும் வயத்தில நெருப்பு! இவரைப் பாருப்பா - பொறுப் பில்லாத ஜன்மம், சுகஜீவனம். கண்ணை விரிச்சுண்டு ஒளியும் ஒலியும் பார்த்துண்டிருக்கார். வயசு என்ன ஆச்சு?'

'சிலதுக்கெல்லாம் வயசாறதில்லை மாமி' என்று விஜி புறப் பட்டுத் தன் அறைப் பக்கம் சென்றான். உள்ளே பனியன் மாற்றிக் கொண்டு, படத்திலிருந்து எடுத்து விபூதி இட்டுக்கொண்டு, கந்தரலங்காரத்தை ஒரு ஓட்டு ஒட்டிவிடலாம் என்ற எண்ணத் துடன் கட்டிலில் உட்கார, சித்ரா சுதந்தரமாக நுழைந்தாள். விஜி சட்டென்று ஒரு சட்டையைத் தாறுமாறாகப் போட்டுக் கொண்டான்.

'விஜி சார்! உங்களுக்கு நூறாயிரம் தாங்க்ஸ் சொல்லணும்... அம்மா ஒத்துண்டுட்டா!'

'எல்லாம் ஆயிரும். நீ கம்முனு இரு. என்ன?'

'யூ ஆர் வெரி கிரேட். அந்த ராட்சசியை எப்படி ஒத்துக்க வைக்க முடியும்னுதான்...'

'இத பார், உங்கம்மாவைக் குறை சொல்லாதே. உனக்கு நல்லதுக்குத்தான் சொல்றாங்க. உம் மேல இருக்கற பாசம் கவலையெல்லாம் உனக்குப் புரிய ரொம்ப நாளாகும்.'

'என்ன கவலை? எதுக்காகக் கவலைப்படணும்? என்ன ஆயிடும்?'

'காலைல ஒரு பையன் பார்த்தல்ல.'

'அவன் யாருன்னு மூஞ்சியே மறந்து போச்சு! பஸ்ல போகப் போறோம். கூட எல்லோரும் கேர்ள்ஸ். பானு டீச்சர் வரப் போறாங்க. டிரைவர் முனுசாமி இருக்கான்.'

'இல்லைம்மா, எத்தனையோ சாத்தியங்கள் இருக்குது. உனக்குத் தெரியாது.'

'சார், நீங்கதான் உலகம் தெரியாம இருக்கிங்க. பாய்ஸ்னா டீஸ் பண்ணத்தான் பண்ணுவா. நாங்க அஞ்சாறு கேர்ள்ஸ் நடுவே ஒரு பையன் அகப்பட்டுண்டா விஸில்கூட அடிப்போம்... எல்லாம் சகஜம். தே டோண்ட் மீன் எனிதிங்! இன்னொஸண்ட். ஸ்கூலு காலேஜு பஸ்ஸு இதிலெல்லாம் பாய்ஸ் அண்ட் கேர்ள்ஸ் மிக்ஸ் பண்ணித்தான் ஆகணும். இதிலே ஒண்ணும் தப்பில்லை, டைம்ஸ் ஹவ் சேஞ்ச்ட் விஜி சார்!'

'புரியலை' என்றான் விஜி.

'நீங்க சின்ன வயசில பொண்ணுங்களை சைட் அடிச்சதில்லையா?'

'இல்லைம்மா.'

'அ! பொய்யி! காதல் கீதல் எதும் கிடையாது?'

'அப்ப கிடையாது. இப்பதான் ஒரு பெண்ணைக் காதலிக்கலா மான்னு யோசிச்சுக்கிட்டு இருக்கேன்.'

'யாரை?'

'உன்னை' என்றான்.

சித்ரா இயல்பாகச் சிரித்து, 'தாங்க்ஸ்! அப்ப வரட்டுமா?' என்றாள். சென்றாள்.

விஜி தன் பின் மண்டையில் அடித்துக்கொண்டு கந்தரலங் காரத்தைத் தொடர்ந்தான்.

ஆளுயர டிரஸ்ஸிங் டேபிள் அருகில், அவள் நின்றுகொண்டு கவனமாக உதட்டுக்கு லிப்ஸ்டிக் தீற்றிக்கொண்டிருந்தாள். கண்ணாடி பிம்பத்தில் தெரிந்த படுக்கையில் வினோத் சினிமாப் பத்திரிகையைப் புரட்டிக்கொண்டிருந்தான். இவள் தன் கன்னத் தில் செயற்கை வெட்கம் தடவிவிட்டு, 'அப்பா சொல்றாங்க,

எதுலயும் உனக்குப் பொறுப்பில்லையாம். ஏண்டா இப்டி? ஒவ்வொரு முறையும் உனக்கு சப்போர்ட்டுக்கு வந்து தாவு தீந்துருச்சு.'

'வீட்டை விட்டுத் துரத்திடுங்களேன்.'

'என்ன பேச்சு இது! உன்னை விட்டுட்டு எங்களால இருக்க முடியுமா?' புருவத்தில் ஒரே ஒரு ரோமத்தை ட்வீஸர் போட்டு நீக்கிக்கொண்டாள். வினோத்தின் அம்மா என்று அவளை நம்புவது கஷ்டமாக இருப்பதற்கான காஸ்மெட்டிக் காரணங் களை மறந்துவிட்டால், அவள் நெருங்கும் நாற்பதைப் பிடிவாத மாகத் துரத்த முயற்சித்துக்கொண்டிருப்பது தெரியும். இருந்தும் அவளைச் சற்று தூரத்திலிருந்து பார்ப்பவர்கள் திரும்ப ஒரு முறை பார்ப்பார்கள். உடம்பை பாலிஷாக வைத்திருந்தாள். தோற்றத் திற்கு ஏற்ப உடை உடுத்தக் கற்றிருந்தாள். வண்ணப் பொருத்தங் களைப் பற்றி அவள் கட்டுரை எழுதலாம். 'உன்னை விட்டுட்டு எங்களால இருக்க முடியுமா, சொல்லு?'

'இருந்திங்களே, நாலு வயசில கொடைக்கானல்லே கொண்டு தள்ளிட்டிங்களே - போர்டிங் ஸ்கூல்ல பதினோரு வருஷம், ஷிட்!'

'அடிக்கடி வந்து பார்த்தமே கண்ணா! என்ன சொல்ற நீ?'

'பேரன்ட்ஸ் டே போது வரிசைல உட்கார்ந்திருப்பீங்க. இங்கிருந்து காட்டுவாங்க!'

ஆயா வினோதை அழகாக டிரஸ் பண்ணி பிரின்ஸிபல் ரூமுக்கு அழைத்துவர, எதிரே வினோத்தின் அப்பாவும் அம்மாவும் உட்கார்ந்திருக்க, தயங்கி தயங்கி அவர்களை நெருங்க, 'கம் ஹியர் ஸன் திஸ் இஸ் யுவர் ஃபாதர், திஸ் இஸ் யுவர் மதர்... கம், ஸே ஹலோ டு தெம் - ஸே குட்மார்னிங்!' வினோத் லேசாக குட்மார்னிங் என்று குழந்தைக் குரலில் சொல்ல, அம்மா 'வாடா என் ராசாக்கண்ணு' என்று அவனை நெருங்க, கண்களில் பயத்துடன் ஆயாவின் பின்னால் மறைந்துகொள்ள, 'முகம் மறந்து போச்சு. கொஞ்சம் அடிக்கடி வந்து பார்க்கலாம் நீங்க!'

'நோ டைம்!'

வினோத் வெறித்துப் பார்த்துக்கொண்டிருந்தவன், உயிர் வந்த வன்போல அம்மாவின் அலங்காரங்களைச் சற்று நேரம் கவனித்தான்.

‘உன்னைப் பத்தி நான் எத்தனை கவலைப்படறேன் தெரியுமா வினோத்? உங்கிட்ட வேற எதையும் எதிர்பார்க்கலை நாங்க! கொஞ்சம் அன்பு...’

வினோத் மெல்ல, ‘டூ லேட். அன்பு, பாசம் எல்லாம் எதிர்பார்க்கறது அபத்தம், நன்றியை வேணா எதிர்பாருங்க. அதுவும் சின்ன வயசில இருந்து நான் பார்த்த அத்தனை முகங்களுக்கும் நன்றி சொல்லிட்டுத்தான் உங்ககிட்ட வரணும். எனக்கு முலைப்பால் கொடுத்த கறுப்பா ஒரு முகம், முதுகு சவாரி கொடுத்த வேலைக்காரனோட முகம், குளிப்பாட்டிவிட்ட ஆயாவுடைய முகம், பள்ளிக்கூடத்தில் ஃபாதர் லாரன்ஸோட முகம். உங்க ரெண்டு பேர் முகமும் ரொம்ப பின்னாடித்தான் வருது... ரூம்ல எட்டிப் பார்த்துட்டு, ‘ஹௌ ஆர் யூ ஸன்?’ சொல்ற முகம், ‘நல்லாருக்கியா? நானும் மம்மியும் யூரோப் போயிட்டு, பாரிஸ், வெனிஸ், ரோம்னு சுத்திப் பார்த்துட்டு கலர் கலரா கொடைக்கானலுக்கு கார்டு அனுப்புவோம். வி மிஸ் யூ, வி மிஸ் யூ!’

அம்மா அவனை நெருங்கி அணைத்துக்கொள்ள முற்பட்டதை விலக்கினான்.

‘ஸன், உன்னை நாங்க லவ் பண்ணலேங்கறியா?’

வினோத் அவள் மார்புப் புடைவையைச் சரி செய்து, ‘மம்மி! நான் உன்னை ரொம்ப லவ் பண்றேன், அதான் ப்ராப்ளம். நிறையப் பார்த்துட்டேன். அதான் ப்ராப்ளம். ரெண்டு நாள் காரை எடுத்துட்டுப்போறேன்.’

‘எங்க?’

‘பிக்னிக்!’

‘பணம் தரட்டுமா?’

‘வேண்டாம். அப்பா ரெண்டாயிரம் தந்திருக்கார்...’

‘அப்பா உனக்கு தர்மலிங்கம் டாட்டரைக் கல்யாணம் பண்ணி வைக்க ஏற்பாடு செய்திருக்கிறார். தெரியுமில்லை.’

‘ஓ, தெரியுமே!’

‘ரஞ்சனியைக் கல்யாணம் பண்ணிக்கிறியா?’

'ஓ யெஸ்... பண்ணிக்கிட்டா போச்சு! மனி மேரிஸ் மனி! வரட்டுமா, ராஜன் அங்க்கிள் வரலையா?'

அம்மா சட்டென்று குற்ற உணர்ச்சியுடன், அவனை நேராகப் பார்த்தாள். அவன் கண்களில் களங்கமில்லாமல் சிரித்தான். 'என்ன?'

'ஜாக்கிரதையா ஓட்டிக்கிட்டுப் போ. பிக்னிக்குன்னா வெளியூர்ல தோப்புந் துரவுமா இருக்கும் இல்லையா? மாங்கா பறிச்சுத் திங்கலாம் இல்லை?' என்றாள் பேச்சை மாற்றுவதுபோல.

'ஆமாம். பறிச்சுத் திங்கப் போறேன். பை மாம். ஹேவ் எ நைஸ் டைம்! ஸோஷல் ஓர்க் எல்லாம் நிறையப் பண்ணு. அப்பாவைக் கேட்டதா சொல்லு.'

அவன் வாயில் கதவைத் தாண்டியதும்தான் அவள் டெலி போனை அணுகினாள்.

5

மொத்தம் நாற்பது பெண்கள் புதிய மலர்கள் போல உற்சாகத்துடன் பஸ்ஸில் ஏறிக்கொள்ள, எப்போதும் வாரப் பத்திரிகையைப் படித்துக் கொண்டிருந்த டீச்சர் அவர்களின் மேய்ச் சலைக் கவனித்துக்கொண்டிருந்தாள். பானு டீச்சருக்கு மஞ்சு, டெய்ஸி, சுமித்ரா இவர் களைவிடத் தொடர்கதையில் வரும் சுந்தரி யும் சீனத்து வீரனும் முக்கியம். டீச்சர் ஒரு தவிர்க்க முடியாத தொடர்கதை அடிக்ட். அவள் நிஜ வாழ்க்கையில் சந்திக்க முடியாத சந்தர்ப்பங்களை அந்தத் தொடர்கதைகள் அவளுக்கு அளித்தன. நிஜ வாழ்க்கையில் டீச்சருக்குக் கல்யாணம் ஆகி, கணவன் அடிக் கிறான், குடிக்கிறான் என்று விலகி வந்துவிட் டாலும், எப்போதாவது பணம் கேட்க அவன் வரும்போது திட்டிவிட்டு, காபி கொடுத்து விட்டு, பணத்தையும் கொடுத்துவிட்டுத்தான் அனுப்புவாள். டீச்சருக்கு உள்மனத்தில், அழகாக இருக்கும் அத்தனை பெண்களையும் கண்டால் பொறாமை.

'எட்டிப் பார்க்கக்கூடாது, எட்டிப் பார்க்கக் கூடாது. கெட்ட கோபம் வரும்' என்று, அந்த வாரத் தொடர்கதையிலிருந்து கண்ணெடுக்கா மல்தான் சொன்னாள். உள்ளே அந்தப்

பெண்கள் தத்தம் பைகளையும் பெட்டிகளையும் கச்சா முச்சா என்று அமைத்துக்கொண்டிருக்க, எவரும் அசௌகரியத்தைப் பற்றிக் கவலைப்படவில்லை. டீச்சர், தலையை எண்ணிக் கொண்டு வரிசை வரிசையாக பஸ்ஸுக்குள் நகர, ஒருத்தி மற்றொருத்திக்கு ரகசியம் சொல்லிக்கொண்டிருந்தாள். ஒருத்தி ஃப்ராங்கன்ஸ்டைன் சம்பந்தப்பட்ட பயங்கர காமிக்ஸைக் கழுத்தைத் தடவிக்கொண்டே படித்துக்கொண்டிருந்தாள். பின்னாலிருந்து ஒருத்தி அவளது பின்னலை இழுக்க, இவள் நெற்றியைச் சுருக்கிக்கொண்டு, 'கோ மேன்!' என்று திரும்பி அதட்ட, அவள் ஒன்றுமே தெரியாதவள் போல வெளி நோக்கி னாள். ஒருத்தி தன் முஷ்டிக்குள் மூடி வைத்திருப்பதை மெல்லத் திறந்துகாட்ட, பிளாஸ்டிக் தேள் அலறல். சித்ரா, சுமதியுடன் பின் ஸீட்டில் உட்கார்ந்திருந்தாள். சித்ராவுக்கு விஜி சாருக்கு எப்படி நன்றி சொல்வது என்பது விளங்கவில்லை. பணத்தையும் கடனாகக் கொடுத்து, தன்னுடைய புதிய பெட்டியையும் இரவல் தந்து, 'இந்தா சித்ரா, இந்த இருபத்தஞ்சு ரூபாயைக் கைச் செலவுக்கு வெச்சுக்க; ஏதாவது அர்ஜெண்டுக்குத் தேவைப்பட்டு துன்னா. அப்புறம் அங்கிருந்து நீ நிச்சயம் எனக்கு லெட்டர் எழுதணும்.'

'இப்பவே எழுதிக் கொடுத்துர்றனே; அப்றம் ஞாபகம் இருக்காது; இந்த ட்ரெஸ் எப்படி இருக்கு? அம்மா வரதுக்குள்ள கழட்டிரணும். கொன்னு போட்டுருவா. இதைத்தான் பிக்னிக்குக்குப் போட்டுண்டு போகப்போறேன்.'

சித்ரா இங்கும் அங்கும் திரும்பி மாக்ஸியைப் போல இருந்த டிரஸ்ஸைப் பெருமையுடன் காட்ட, 'ப்யூட்டிஃபுல்! ஏஞ்சல்தான்! சித்ரா, எனக்குக் கொஞ்சம் கவலையா இருக்கு. என் பொறுப்புல உன்னைப் பிடிவாதமா அனுப்பிவைக்க ஏற்பாடு பண்ணியிருக் கேன்... ஏதாவதுன்னா உடனே எனக்குத் தந்தி அடி. இல்லைன்னா... சேச்சே! அதுக்கெல்லாம் அவசியமே இருக்காது, ஒண்ணும் ஆகாது, போய்ட்டு வாம்மா' என்று அவள் முதுகைத் தட்டிக்கொடுத்தான். விஜி சார் எத்தனை நல்லவர். சில சமயம் அவர் சொல்லும் சில விஷயங்கள்தான் பிடிபடவில்லை. புறப்படும்வரை எத்தனை தடங்கல்கள்! புறப்படும் சமயத்தில் அப்பாவுக்கு லேசாக ஆஸ்துமா அட்டாக் வந்துவிட்டது. எப்பவும் சித்ராதான் கோடி டாக்டரிடம் அழைத்துக் கொண்டு போய் ட்ரிப்ஸ் கொடுத்து அழைத்து வருவாள். 'அப்பாவுக்கு

ஜாஸ்தி ஆகாமல் இருக்கணுமே!' என்று கடவுளை வேண்டிக் கொண்டாள்.

'உங்கம்மா பாத்துக்க மாட்டாளா?' என்றாள் சுமதி.

'பார்த்துப்பா. அப்பாவைத் திட்டிண்டே இருப்பா. ஆனா கொஞ்சம் உடம்புக்கு வந்தா உசிரையே விட்டுருவா! நான் கிளம்பறவரைக்கும் நிச்சயம் இல்லாமதான் இருந்தது சுமதி. என் ஜாதகம் அப்படி. விஜி சார்தான் கொஞ்சம் ஸ்ட்ராங்கா சொல்லி அம்மாவை, 'கவலைப்படாதீங்க. நான் பாத்துக்கறேன்'னு சொல்லி அனுப்பிச்சு.'

'எப்ப பார்த்தாலும் விஜி சார், விஜி சார்! அவர் உன்னை லவ் பண்றாரா?'

'சே!'

'எனக்கென்னவோ இதைப் பார்த்தா லவ் மாதிரிதான் தோணுது.'

'அவருக்கு முப்பதோ, நாப்பதோ வயசு, தெரியுமா.'

'இருந்தா என்ன? எங்கப்பாக்கு மாமா ஒருத்தர் இருக்கார். ஊரிலருந்து வந்தா நான்தான் எப்பவும் பக்கத்தில் படுத்துக் கணும். 'குழந்தை குழந்தை'ன்னு கூத்தடிப்பார்; லெச்சர்!' என்ற சுமதி தொடர்ந்து 'அமிதாப்பை விட்டுட்டனே. அப்றம் என்ன பண்ணான்... அனுமார்கிட்ட போயி 'பகவான் துனே அன்யாய் கியா'ன்னு நேரா கேக்கறான் பாரு...'

'படத்திலிருந்து பூ விழறதா?' என்று சித்ரா கேட்டாள்.

'எப்படித் தெரியும்? நீ பார்த்தியா?'

'இதெல்லாம் பார்க்காமயே சொல்லலாம்.'

'போப்பா ரைட்' என்ற ஒரு பெண், கண்டக்டர் போலவே குரலை மாற்றிச் சொல்ல, மற்றொருத்தி தெளிவாக, வாயில் விரல் வைத்து விஸில் ஊத பஸ் கிளம்பியது. ஒருத்தி நட்ட நடுவில் வந்து நின்றுகொண்டு, உதட்டைக் கடித்துக்கொண்டு, சிலுக்கு டான்ஸ் ஆடிக் காட்டினாள். அவர்களிடையே ஆரவாரம் பெருக, நடமாடும் சந்தோஷமாக பஸ் புறப்பட்டுச் சென்றது.

நகர எல்லைக்கு முன் அந்த பஸ்ஸை டொயோட்டா கார் தொடர ஆரம்பித்துவிட்டது. தம்புவும் வினோத்தும் அருகருகே

உட்கார்ந்திருக்க உள்ளே மைக்கல் ஜாக்ஸனின் கீச்சுக்குரல் பாப் ஒலிக்க தம்பு, 'மெதுவா போ... ஃபாலோ பண்றது தெரியக் கூடாது' என்றான்.

'விட்டுப் புடிக்கலாம். ஓகேனக்கல்தானே? இந்த கார் நூத்திருவது சாதாரணமா போகும்.'

'உங்க அப்பா அம்மா ஏதும் கேக்கலியா வினோத்?'

'இல்லை, உனக்கு?'

'எனக்கு அப்பா கிடையாது. அம்மா கிடையாது. ஒரு சித்தப்பன் இருக்கான். குடிகாரன். பெத்த தாயையே வித்துருவான். அப்பா கிடையாது. அம்மா கிடையாது.'

'எனக்கும் ஏறக்குறைய அப்படித்தான்' என்றான் வினோத்.

'பணம் வெச்சிருக்கிறயா?'

வினோத் அலட்சியமாக நூறு ரூபாய் நோட்டுகளை இறைத்தான். 'ரெண்டாயிரம் போதாது?'

'ஒண்ணுமே கேக்கலியா?'

'யாரு?'

'உங்க அப்பா அம்மா.'

'கேக்க மாட்டாங்க.'

'வினோத், எனக்குப் பயமா இருக்கு. மாட்டிக்கிட்டா போலீஸ், ஜெயில்.'

'அதையும்தான் பார்க்கலாமே!'

'வினோத், சும்மா சைட் அடிப்பேன், கலாட்டா பண்ணுவனே தவிர, இந்த வேலை செஞ்சதில்லைடா!'

வினோத் அவனைப் பார்த்துப் புன்னகைத்து, 'எதுக்கும் ஒரு ஆரம்பம் இருக்கில்லை?'

'நீ செஞ்சிருக்கியா?'

'டு மெனி க்வெஸ்சன்ஸ்!'

கார் வேகமாகச் சென்றுகொண்டிருக்க, கக்கக் கக்கென்று முட்டாள்தனமாக ஒரு கோழி குறுக்கே ஓட தம்பு, 'கோழி! கோழி!' என்றான்.

'இதுக்கெல்லாம் பிரேக் போடக்கூடாது.' கார் அதைத் தேய்த்துக் கொண்டு செல்ல, பின் கண்ணாடியில் இறகுகள் பறந்தன. கோழியின் கடைசி மரணச் சப்தம் கேட்டு வினோத் சிரித்தான். 'திரில்லிங்!' என்றான்.

'வினோத், நீ பார்த்திருக்கியா அதை?'

'எதை?'

'அதைத்தான், எங்க சித்தப்பன் தரித்திரம் வேலைக்காரி... கன்னங்கரேல்னு... வினோத், நீ சரியாப் பாத்திருக்கியோ அதை?'

'ம். சரியாவே பாத்திருக்கேன்.' என்றான்.

'மம்மி மம்மி...'

வினோத் சட்டை டிராயர் போட்டுக்கொண்டு லேசாகக் குரல் கொடுத்துக்கொண்டு மேலே மாடிப்படி ஏற, சிரிப்பொலி குரல்கள் மெதுவாக அறையின் சன்னலை அணுகித் திரையை விலக்கி கொஞ்சம் இப்படி நகுந்துக்கிறீங்களா - க்ளிக் - ஆ இது பெட்டர்- க்ளிக். சிரி பார்க்கலாம். இப்பத்தான் எஜமான் இல்லை. பையன் இல்லை. சிரிக்க வேண்டாமா? க்ளிக். அப்படியே காலை எடுத்து வளைச்சுட்டு - க்ளிக் - சொன்ன பேச்சைக் கேக்றவங்களை எனக்குப் பிடிக்கும்.

'குழந்தை வர சமயம் ராஜன்!'

'அது குழந்தை! ஒண்ணும் தெரியாது. பெரியவருக்குத் தெரிஞ்சு துன்னாதான் தலையை சீவிப்பிடுவார்.'

'அவர் ஸ்விட்ஜர்லாந்தில என்ஜாய் பண்ணிக்கிட்டு இருக்கார்.'

'அப்ப இதைக்கூட எடுத்துரலாமே!'

க்ளிக்!

'பார்த்திருக்கேன். நிறையப் பார்த்திருக்கேன்...' வினோத்தின் கண்களில் மெல்ல நீர்த்துளி ஒன்று பிறந்து வளர்ந்து பெரிதாகி

வழிந்தது. தம்பு அவனைக் கவனிக்காமல் 'நாப்பது பொண்ணுங்க' என்றான்.

'எல்லாருமே தேவடியாளுக. எல்லாரையும் கலைக்கணும். போட்டோ எடுக்கணும்!' என்றான் வினோத்.

'இந்த சித்ராவை மட்டுந்தான தேர்ந்தெடுப்ப?'

'ஆமா.'

'ஏண்டா?'

'லுக்ஸ் லைக் மை மதர்....' என்றான்.

சித்ராவுக்கு அப்போது அவளைப் பற்றி இருவர் பேசிக் கொள்வதைப் பற்றி ஏதும் தெரியாது. டார்மிட்டரி போல அவர்கள் தங்குவதற்கு அமைந்த பெரிய ஹாலில் மற்ற பெண்களுடன் தலையணைச் சண்டை போட்டுக் கொண்டிருந்தாள். படுக்கை குறுக்கே ஓடினார்கள். டீச்சர் கவலைப்படாமல் ஓரத்தில் தொடர்கதை படித்துக்கொண்டிருக்க, 'கதவுகள் திடீர் என்று திறந்ததும், சீனத்து வீரர்கள் அவனை இழுத்து அறைக்குள் தள்ளியதையும், அவன் தள்ளாடித் தள்ளாடி தன்னை நோக்கி வந்ததையும் கண்ட விஜயன், இரண்டடி எடுத்து வைத்து அவனைப் பிடிக்கப்போக, குறுவாள் பிடிகளால் தலை புரள,' சரேலென்று ஒரு தலையணை அவள் மேல் வந்துவிழுந்தது.

ஒரு நிமிஷம் அது குறுவாள்தான் என்று பயந்துபோய் டீச்சர் திடுக்கிட்டு 'யார் எறிஞ்சது?' என்று அதட்டினாள். பெண்கள் யாவரும் பாசாங்காக அறியாதவர்கள் போல நிற்க, 'யாருன்னு தெரிஞ்சாகணும். இல்லைன்னா யாருக்கும் நாளைக்கு அருவி ஸ்நானம் கிடையாது... சுமதி டெய்ஸி சித்ரா, சித்ரா நீதானே?'

'ஐயோ! நான் இல்லை மிஸ்!'

'சொல்லமாட்டீங்கல்ல! பாத்துரலாம்!'

மறுபடி தன் இருப்பிடத்தில் போய் உட்கார்ந்துகொண்டு படிக்கத் தொடங்கினாள்.

'சுந்தரி, நீ ஒரு அரசகுமாரி. உன் தோள்களைத் தோழிகளே வருடியிருப்பார்கள்.' மறுபடி ஒரு தலையணை வந்து விழுந்தது.

திரும்பிப் பார்த்தபோது, துரதிர்ஷ்டவசமாக சித்ராதான் உடனே தெரிந்தாள். 'சித்ரா, திஸ் இஸ் டு மச்!'

'ஐயோ! நான் இல்லை டீச்சர். காட் பிராமிஸ்!'

மறுதினம் அருவிக்கரையில் அந்தப் பெண்கள் உற்சாகமாக உடை நனையக் குளித்தார்கள். உடை மாற்றிக்கொள்ளவோ, நீச்சல் உடை அணிந்துகொள்ளவோ வெட்கம். பெண்களுக்கு என்று தனித்துறை இருந்தாலும் தூரத்தில் குன்றின்மேல் எல்லாம் ஆண் முகங்கள் தெரிகின்றன. அதனால் இருக்கிற உடையோடு அப்படியே நனையக் குளித்தார்கள். இதுகூட அந்த வெகுதூரத்து இளைஞர்களுக்குக் கவர்ச்சிகரமாகவே இருந்தது. டீச்சர் வழக்கம்போல் சீனத்து வீரர்களையும் சுந்தரிகளையும் தொடர்ந்துகொண்டிருக்க, டிரைவர் பளபளவென்று உடம்பெல்லாம் எண்ணெயைத் தேய்த்துக்கொண்டு தசைகள் குலுங்க மஸாஜ் செய்துகொண்டிருப்பதைச் சில பெண்கள் வேடிக்கை பார்த்துக்கொண்டிருந்தார்கள். ஊஞ்சலாடும் பெண், தூங்கும் பெண், மூக்கை நோண்டும் பெண், படம் வரையும் பெண், படிக்கும் பெண். படக்கென்று இங்கும் அங்கும் சதிப்பார்வை பார்த்துவிட்டுக் குனியும் பெண்!

அந்த இடத்திலிருந்து ரொம்ப தூரத்தில் வினோத்தின் டொயோட்டா வந்து நின்றது.

'என்ன பேர் சொன்ன?'

'சித்ரா!'

'அப்பா பேரு.'

'ரங்கசாமி அய்யங்கார்.'

'நமக்கு ஒரு அப்பா வேணும் முதல்ல' என்று வழியே சென்று கொண்டிருக்கும் ஒரு பெரியவரைப் பார்த்தான்.

'பெரியவரே, எங்க போறாப்பல?'

'கிளக்கால தருமபுரிங்க.'

'நாங்களும் அங்கதான் போறம். ஏறுங்க வண்டில.'

'மோட்டார்லங்களா?'

'ஆமாங்க ஏறுங்க.'

பெரியவர் சந்தோஷத்துடன் ஏறிக்கொள்ள 'உங்க ஊர்லல்லாம் மளை உண்டும்ங்களா?' என்றார்.

'எங்க ஊர்லதான் மளை கொஞ்சம். இருக்கிங்களா எம் தங்கச்சியைக் கூட்டியாரணும்!'

வினோத் - காரிலிருந்து இறங்கிக்கொண்டு தம்புவிடம் 'கீப் டாக்கிங் வித் திஸ் ஓல்ட் கூட். நான் இதோ வந்துடறேன்' என்று பிக்னிக் ஸ்தலத்தை மெல்ல அணுகினான்.

6

அந்த அருவி ஆரவாரமில்லாது வன்முறை யில்லாது வழிந்து கொண்டிருந்தது. பெண் களுக்கென்று சாமர்த்தியமாக இயற்கையை யும் செயற்கையையும் பயன்படுத்திக் கட்டியிருந்த தனிப்பகுதியில் உற்சாகமாக அந்த பள்ளிப் பெண்கள் உடை நனையக் குளித்துக்கொண்டிருந்தார்கள். வெகு தூர மலை உச்சியிலிருந்து அவர்கள் தெரிகிறார் களா என்று சில இளைஞர்கள் ரோந்து சுற்றிக் கொண்டிருந்தார்கள். சுமதியும் சித்ராவும் நனைந்து நனைந்து இதோடு ஆறு தடவை ஆகிவிட்டது. சித்ரா தலையிலிருந்து கால்வரை சந்தோஷத்தால் நிரம்பியிருந்தாள். ஏதோ ஒரு வகையில் அந்த தினம் ஒரு கடைசி தினத்தின் அல்லது ஒரு சிறந்த தினத்தின் அறிகுறிபோல இருந்தது. வானம் ஸ்படிகத் துல்லியமாக இருக்க, பறவைகள் சிரிக்க, தூரத்தில் தொடர்கதை டீச்சர் அங்கெல்லாம் போகக்கூடாது என்கிற அதட்டல், கன்னங் கரேல் என்ற வெறும் உடம்பில் எண்ணெய் பளபளக்க டிரைவர் மஸாஜ் செய்து கொள் வதை வேடிக்கை பார்க்கும் பெண்கள், ஊஞ்ச லாடும் பெண், ஓடுகிறவள், ஒதுங்குகிறவள் என்று எல்லாமே பத்து சதம் கவிதை கலந்து தான் இருந்தது.

வினோத் அந்த பிக்னிக் கூட்டத்தை மெல்ல அணுகினான்.

காரிலிருந்து இறங்கினவுடன் அவன் தோற்றத்தில் மறைமுக மான மாற்றங்கள் ஏற்பட்டன. தலையைப் படிய வாரிக்கொண்டு சட்டையை பாண்டுக்குள் திணித்துக்கொண்டு எப்படியோ ஏதோ ஒரு நேர்த்தியில் நல்ல பிள்ளை ஆகிவிட்டான். ரொம்பச் சாதுபோல முகத்தை வைத்துக்கொண்டு சரித்திர நாவல் டீச்சரை அணுகி, 'குட்மார்னிங்!' என்றான்.

'குட்மார்னிங்' என்றாள் அவள் சோழ காலத்திலிருந்து நிமிர்ந்து.

'எம் பேரு ஷண்முகசுந்தரம். இந்த பிக்னிக்கில...' தன் பையிலிருந்து சீட்டு எடுத்துப் பார்த்துக் கொண்டு நிதானமாக, 'சித்ரா ரங்கசாமின்னு யாராவது இருக்காங்களா?'

'இருக்கலாம். என்ன விஷயம்?' என்றாள் டீச்சர்.

'நான் சேலத்திலிருந்து வர்றேன். மிஸ்டர் ரங்சாமி சீரியஸா இருக்கிறதா டெலிபோன் வந்தது. சொல்லிர்றிங்களா?'

'மை காட்! சித்ராஆ!' என்று அவள் அழைத்தாள்.

அந்த கர்ளை அதிகம் பயப்படுத்தாதிங்க. எனக்கு அவங்களைத் தெரியாது. டெலிபோன் மூலமா, மெஸேஜ் வந்தது. எங்கப்பா வுக்கு அவங்க ஃபேமிலி யாரையோ தெரியுமாம்...'

'சித்ரா...'

சித்ரா அங்கிருந்து திரும்பிப் பார்க்க, டீச்சர் கையைப் பலமாக அசைத்து, 'ஸம் ஒன் ஃபார் யூ சித்ரா, சீக்கிரம் வா. சார், நீங்களே சொல்லிருங்க.'

வினோத், 'என்ன மேடம், கஷ்டமான காரியத்தை எங்கிட்ட விட்டுட்டிங்களே!' சித்ரா உடம்பில் துண்டைச் சுற்றிக்கொண்டு தலையில் ஈரம் சொட்ட, பார்வையில் கேள்விக்குறியுடன் அருகே வந்த வினோத்தைப் பார்த்தாள். வினோத் அவளை நோக்கிச் சிரித்தான்.

'என்ன மிஸ்?'

'உங்கப்பா பேரு ரங்கசாமியா?'

'ஆமாம் ஏன்?'

'நீ புறப்படறப்ப உங்கப்பாவுக்கு உடம்பு சரியில்லாம இருந்ததா?'

'ஆமா ஆஸ்த்மா கம்ப்ளெயிண்ட் இருந்தது. ஏன்?'

'மேடம் சொல்லிடறீங்களா... நான் வரேன்' என்ற வினோத் கிளம்பினான்.'

'இருங்க! என்ன விஷயம்?'

'உங்கப்பாவுக்கு சீரியஸா இருக்காம். டெலிபோன்ல மெஸேஜ் வந்ததாம்...'

'இவர் யாரு?'

வினோத், 'என்னை உங்களுக்குத் தெரியாது. டெலிபோன்ல செய்தி வந்தது. அவரு யாரு? என்னவோ பேர் சொன்னாரே?'

'விஜயகுமாரா?' என்று கேட்டாள் சித்ரா.

'அ! அவர்தான். அவர் ஏதாவது கம்பெனில வேலை பார்க்கிறாரா?'

'இல்லை. கவர்மெண்டில் வீட்டு வசதி வாரியத்தில்.'

'இப்பப் புரியுது. எங்கப்பா வாரியத்தில் காண்ட்ராக்டர். சேலத்தில் தகவல் வந்தது. அதான் டெலிபோன் வந்திருக்குது! உங்கப்பாவுக்கு ஆஸ்த்மா டிரபிள் ஜாஸ்தியாப் போயி ஆஸ்பத்திரியில அட்மிட் பண்ணியிருக்காங்கன்னு தகவல் சொன்னாங்க! நான் வரட்டுங்களா?'

'ஐயோ! நான் இப்ப என்ன பண்ணுவேன்' என்று சித்ரா பதறினாள்.

'சித்ரா! நீ என்ன பண்றே... உடனே பஸ்ஸைப் பிடிச்சு... துணைக்கு?'

'ஐயோ! நான் எப்படிப் போவேன் தனியா?'

சுமதி ஓடி வந்தாள். 'என்ன சித்ரா?'

'அப்பாவுக்கு உடம்பு சீரியஸாயிடுத்தாம். இந்தச் சமயம் பார்த்துத்தான் இப்படி ஆகும்னு தெரியும்! என் ஜாதகம் அப்படி. என்னோட மெட்ராஸ் வரியா சுமதி?'

'பாதில விட்டுட்டா?'

'என்ன செய்வேன்? இங்கயும் எனக்கு இதைக் கேட்டப்புறம் இருப்புக் கொள்ளாதே... சார் சார்.' வினோத் அங்கிருந்து

புறப்பட்டு விலகி மெல்ல நடந்து சென்று கொண்டிருந்தவன் திரும்பினான்.

'சார், நீங்க இப்ப எங்க போறிங்க?'

'நான் மெட்ராஸ் போறேன், உங்கப்பா மெட்ராஸ்லயா இருக்காங்க?'

'ஆமா. நீங்க எப்படிப் போகப் போறிங்க. பஸ்லயா, டிரெயின்லயா?'

'இல்லை, கார்ல போறேன். எங்கப்பாவைக் கூட்டிக்கிட்டு, அவருக்கு ப்ராஸ்டேட் ஆப்ரேஷன் பண்றதுக்குக் காட்டணும்.' தம்பு அங்கிருந்து ஹார்ன் அடிக்க, 'ஒரு நிமிஷம்' என்றான் வினோத்.

அவர்கள் எல்லாரும் காரைப் பார்க்க, முன்சீட்டில் பெரியவர் இவர்களைப் பார்த்துச் சிரிப்பது தெரிந்தது.

'அவர் உங்க அப்பாவா?'

'ஆமாம்!'

சித்ரா வினோத்திடம் சென்று, 'சார்! உங்க பேர்கூடத் தெரியாது. உங்க கார்ல எடம் இருந்தா என்னையும் கூட்டிண்டு போறிங்களா?'

'பாவம், உங்க பிக்னிக் எப்ப முடியுது?'

'இன்னம் ரெண்டு நாள் இருக்கு' என்றாள் டீச்சர்.

'இல்லை டீச்சர், எனக்கு பிக்னிக் முடிஞ்சு போச்சு! இனிமே இருப்புக் கொள்ளாது. அப்பா ரொம்ப ஸஃபர் பண்ணிண்டிருக்கணும். இல்லைன்னா டிரங்கால் போட்டுச் சொல்ல மாட்டா.' வினோதிடம் கெஞ்சலாக, 'சார், என்னையும் கூட்டிண்டு போறிங்களா?'

'எனக்கு ஒண்ணும் அப்ஜெக்‌ஷன் இல்லை. உங்க டீச்சர் ஒத்துக்கணும்.'

டீச்சர் யோசித்தாள், 'என்ன சித்ரா? அவர் அப்பாவும்கூட வரார். போகணும்ன்னு இஷ்டமிருந்தாக் கிளம்பிடு.'

சித்ரா பாதி அழுகையுடன்... ஏமாற்றத்துடன்... 'போறேன், என்ன பண்றது சார்? ரெஸ்ட் அவுஸ்ல போயி பெட்டியை எடுத்துக்கணும்... பரவாயில்லையா?'

'பரவாயில்லை. அதிக நேரம் ஆகாம இருந்தா சரி.'

'ஒரு நிமிஷம் சார்! நீங்க பாட்டுக்கு நல்லவேளை தகவல் சொல்லிட்டுப் புறப்பட்டு போகாம இருந்திங்க.'

சுமதி, 'சித்! ஐம் ஸாரி! நான் உன்கூட வரணும்னுதான்... பிக்னிக் இன்னும் முடியலை...'

'பரவாயில்லை சோமு, எதுக்கு ரெண்டு பேர் பறிகொடுக்கணும் சந்தோஷத்தை? நான் ஒருத்தி போறாதா? நல்ல வேளை, இவர் கார் எடுத்துண்டு வந்திருக்கார்!'

டீச்சர், 'கேர்டேக்கர்கிட்ட நான் சொன்னதாச் சொல்லு. டார்மிட்டரியைத் திறப்பார். முனுசாமி, நீ கார்வரை கொண்டு விடு.'

'தேவையில்லை வாங்க மிஸ்' என்றான் வினோத்.

முனுசாமி, 'என்னம்மா! நீங்க பாட்டுக்குச் சொல்லாம கொள்ளாம குழந்தையை அனுப்பறிங்க?'

'இல்லை, முனுசாமி. கூட இந்தப் பையனோட அப்பா பெரிய வரும் போறாராம் பாரு...'

'அப்படிங்களா?' என்று சந்தேகமாக முனுசாமி காரின் பக்கம் நோக்கினான். பெரியவர் முன்சீட்டில் சமர்த்தாக உட்கார்ந்திருந்தார்.

சித்ரா வினோத்துடன் நடந்தாள். 'உங்கப்பாவுக்கு ஒண்ணும் அசௌகரியமாக இருக்காதே. உங்க பேரு?'

'அதெல்லாம் ஒண்ணுமில்லை. எம்பேரு ஷண்முகசுந்தரம்.'

சித்ராவும் வினோத்தும் காரை அணுக, சித்ரா முன் சீட்டில் வீற்றிருக்கும் பெரியவரைப் பார்த்து வணங்கினாள். பின் சீட் கதவைத் திறக்க, அந்த சீட்டில் உட்கார்ந்தாள். தம்பு அவளைப் பார்த்துப் பார்த்துச் சிரிப்பதை அவள் சரியாகக் கவனிக்க வில்லை. கார் கிளம்ப, தம்பு அவளை நோக்கி 'ஹாய்' என்றான். அவனை முதலில் சரியாகப் பார்த்தவள் சற்றுத் தடுமாற்றத்துடன் அந்த முகத்தைத் தன் ஞாபகத்தில் தேடினாள்.

'உன்னை எங்கேயோ பார்த்தா மாதிரி இருக்கு. உங்க ஊர் மெட்ராஸா?'

'இல்லையே. சேலத்துக்குப் பக்கத்தில் ஓமலூரு!'

52

'அப்ப இருக்க முடியாது. மெட்ராஸ்ல உன் மாதிரி ஒரு பையன் இருந்தான்.'

வினோத், 'அப்பாவுக்கு ஃபார்ம்ல பத்து நிமிஷம் வேலை யிருக்கு. அவரை அங்க விட்டுட்டு உங்களை விடுதிக்கு அழைச் சுண்டு போயி, உங்க லக்கேஜை பிக் அப் பண்ணிக்கிட்டுப் புறப் படலாம். இஃப் யூ டோண்ட் மைண்ட்!'

'நீங்க எப்படிச் சொல்றிங்களோ அப்படி!'

தருமபுரிப் பெரியவர் இதையெல்லாம் விந்தையாகக் கேட்டுக் கொண்டிருந்தார். சித்ராவைப் பார்த்துச் சிரித்தார். சித்ரா அறியாப் பார்வையுடன் வெளியே பார்த்துக்கொண்டிருக்க, கார் வேகம் பிடிக்க, 'மெட்ராஸ் போக எத்தனை நேரம் ஆகும்?' என்று கேட்டாள். அதற்கு பெரியவர்,

'நான் கிளக்கால தர்மபுரி போறனங்க' என்றார்.

'இருட்டறதுக்குள்ள போயிரலாம்.'

சித்ராவுக்குப் புரியவில்லை.

மெயின் ரோடு முக்கில் காரை வேகம் தாழ்த்தி நிறுத்த, பெரியவர் இறங்கிக்கொண்டு, 'ரொம்ப நன்றிங்க' என்றதும் சித்ராவுக்குப் புரியவில்லை. 'உங்கப்பா வரலை?' என்றாள்.

'கொஞ்ச நேரம் கழிச்சு அவரைப் பிக் அப் பண்ணிக்கலாம். இப்ப டார்மிட்டரிக்குப் போயி உன் லக்கேஜை எடுத்துட்டு...' தம்பு அவள் கையைத் தொட்டான்.

'தொடறான்' என்றாள் சித்ரா புகாராக.

'ஏய்! தொடாதடா!'

டார்மிட்டரியில் அவசரமாகத் தன் உடைகளைச் சேகரித்துக் கொண்டு புறப்படுகையில்கூட அவள் சந்தேகிக்கவில்லை. கார் ஒரு புல்மேட்டின் அருகில் நிற்க, சற்று தூரத்தில் ஒரு விரல்போலத் தனிப்பட்டு ஒரு பழைய காலத்துக் கட்டடம் தெரிந்தது. அதை அடைய புல்வெளியில் நடக்க வேண்டும் என்று தெரிந்தது. அந்த வீட்டில் சமீப தலைமுறையில் நட மாட்டம் இருந்ததாகத் தெரியவில்லை. சோம்பேறிகள் தூங்கச் செல்வதற்கும் முட்புதர்களைக் கடந்துகொண்டுதான் செல்ல

வேண்டும். வெளியில் அந்தக் காரை உதிர்ந்த மஞ்சள் வீட்டுக்குத் தனிப்பட்டு ஓர் அச்சுறுத்தும் அழகு இருந்தது.

தம்புவும் வினோத்தும் இறங்கிக்கொண்டார்கள். வினோத், 'வா!' என்றான்.

'எதுக்கு?'

'எங்கப்பாவைப் பார்க்கலாம் வா. அங்கிருந்து டிராக்டர்ல இங்க வந்திருக்கார்'... வினோத் சீட்டிலிருந்து கேமராவை எடுத்துக் கொண்டான்.

'நான் கார்லயே இருக்கேன்' என்று தன் பெட்டியை மார்போடு அணைத்துக்கொண்டாள். சித்ராவுக்கு இப்போதுதான் ஏதோ தப்பாக நிகழப்போகிறது என்பது உள்ளுணர்வில் உறைத்திருக்க வேண்டும்.

'அட வான்னா!' - தம்பு அவளைக் கையைப் பிடித்து இழுக்க, 'பளீர்' என்று அவன் கன்னத்தில் அறைந்தாள்.

'அடிக்கிறா' என்றான் தம்பு. வினோத் கதவைத் திறந்து, 'வந்துரு! பாத்ரும் போக வேண்டாமா? பெரிய பிரயாணம் பாக்கியிருக்கு.'

'வேண்டாம்! தொடாதே! கடிப்பேன். நீங்கள்லாம் பொய்யி. உம் பேர் ஷண்முகசுந்தரம்னு சொன்னது பொய் தானே? அது அப்பா இல்லைதானே? இவன் மெட்ராஸ்தானே?'

'கரெக்ட் கரெக்ட் கரெக்ட். யூ ஆர் வெரி ஸ்மார்ட். வா. போகலாம்.'

'எங்க?' என்றாள் சித்ரா நடுக்கத்துடன்.

'பூப்பறிக்க!'

சித்ரா சட்டென்று இறங்கித் தன் பெட்டியை நெஞ்சில் பிடித்துக் கொண்டு புல்தரையிலிருந்து சாலையை நோக்கி ஓடினாள். அவர்கள் சிரித்துக்கொண்டே அவளைத் துரத்தினார்கள். பெட்டி அவளுக்குச் சுமையாக இருந்தது. தம்பு சிரித்துக்கொண்டே அவளைப் பிடித்து அட்டாக் கொடுக்க, உருண்டு விழுந்தாள். பெட்டி சிதறியது. எழுந்து மறுபடி தன் புதிய உடைகளைக் கொத்தாகச் சேர்த்துக்கொண்டு அந்த வீட்டுக்குள் ஓடினாள்.

7

அந்தப் பழைய வீட்டில் சமீப காலத்தில் யாரும் வசித்ததாகத் தெரியவில்லை. சுவர்களில் எல்லாம் வழிப்போக்கர்களின் கிறுக்கல்கள். சன்னல் கண்ணாடிகள் மொத்தமும் உடைந்திருக்க, ஒரு காலத்தில் அந்த வீடு செல்வச் செழிப்பைப் பார்த்திருக்கவேண்டும் என்பதற்கு அத்தாட்சிகள் இருந்தன. இப்போது அதன் பாதைகளில் எதிர்பாராத ஆச்சர்யங்கள்தாம் மிச்சமிருந்தன. சித்ரா தப்பித்துவிட்டதுபோல ஒரு மூலையில் திரும்ப, தம்பு குறுக்கு வழியில் வந்து சிரித்துக்கொண்டே நின்றான். சட்டென்று ஓர் அறைக்குள் நுழைந்தால் அங்கே வினோத் கேமராவுடன் நின்றான். கதவுப் பக்கம் போகலாம் என்றால் மறுபடி தம்பு.

சித்ரா அவர்கள் இருவரையும் பயத்துடன் மாறி மாறிப் பார்த்தாள்.

'ஏய் விளையாடாதே. எனக்குக் கெட்ட கோபம் வரும்... அப்றம்.'

'அதான் வேணும் எனக்கு' என்றான் வினோத். 'தம்பு! நீ போய் கார்ல இரு. கூப்ட்டப்போ வா!'

‘என்னை ஒண்ணும் பண்ண முடியாது. விஜி சார் கிட்டச் சொல்லி உங்க ரெண்டு பேரையும் போலீஸ்ல புடிச்சிக் கொடுத்துடு வேன்!’

‘உன்னை யாரும் ஒண்ணும் பண்ணப் போறதில்லை...’ என்று நிதானமாக கேமரா சாதனங்களை விரித்துக்கொண்டே சொன் னான் வினோத். ‘போட்டோ புடிக்கப் போறோம். உனக்குள்ள என்ன வெச்சிண்டிருக்க... பார்க்க வேண்டாமா பாப்பா?’

‘தொடாத, படவா ராஸ்கல்’ என்று அதட்டினாள்.

‘தொட்டா?’

சித்ரா அவன் முகத்தில் துப்ப, அவன் சற்றே கோபத்துடன் அவள் கையைப் பிடித்துக்கொள்ள, வளையல் உடைய, ‘ஐயோ! அம்மா, விடுரா என்னை. கடிப்பேன்!’

‘நிறையச் சண்டை போடுவியா நீ?’

‘கொஞ்சம் புடிச்சுக்கட்டுமா வினோத்?’

‘வேண்டாம் போடா நீ! அது கண்ணுக்குட்டி!’ சர்ர்க் என்று அவள் கவுனைப் பற்றிக் கிழித்தான். சித்ரா அதிர்ந்துபோய் நத்தை போல தன்னைச் சுருக்கிக்கொண்டாள். ‘உனக்கு அக்கா தங்கச்சி கிடையாதா?’

‘இல்லை’ என்று வாயில் சிகரெட் தொங்க, கேமராவைப் பொருத்தி, அதன் வழியாக அவளைப் பார்த்தான். ‘என்னது, இப்படித் தொட்டாச் சுருங்கியா இருக்கே?’

‘நா வேணா பிரிச்சு விடட்டுமா?’ என்றான் தம்பு.

‘நீ போடா காருக்கு, சோமாரி! த பாரு பொண்ணு, என்ன பேரு சொன்ன?’

‘சித்ரா’ என்றான் தம்பு.

‘நீ போடா, நான் பாத்துக்கறேன்.’ தம்பு தயங்கித் தயங்கி வெளியே சென்றான்.

‘சித்ரா! த பாரு. நான் உன்னை ஒண்ணும் பண்ணமாட்டேன். உனக்குள்ள என்ன வெச்சிண்டிருக்கே, காட்டு போதும்! காட்டுவியா?’

வினோத்தை அடிபட்ட, பயம் நிறைந்த கண்களுடன் பார்க்க, அவன் கண்களில் இருந்த ஒளி அசாதாரணமாக இருந்தது. 'பயப் படாத... நான் உனக்கு துன்பம் இல்லாம நடந்துக்குவேன்...' என்று அருகே வந்து அவள் புஜத்தைப் பிடிக்க, வெடுக்கென்று கடித்தாள்.

'கடிக்கக்கூடாது. கோவம் வரும் எனக்கு.'

ஒரு கன்னிப் பெண்ணை ஒன்றும் அறியாத புஷ்பம் போன்ற வளைக் கலைக்கும் இந்தக் காட்சியை, இதில் இருக்கும் அதிர்ச்சியை, மலர்க் கசக்கலைக் காட்டும் உத்தேசத்துடன்தான் இதுவரை விவரிக்க வேண்டியிருந்தது. வினோத்தின் குறிக்கோள் ஒருவிதத்தில் அவனுக்கே என்னவென்று தெரியவில்லை என்று சொல்லலாம். குழப்பமாக, அவன் அம்மாவை போட்டோ எடுத்த காட்சிகள் அவன் மனத்தில் தடுமாறின. 'இப்படிச் செய்யலாமா நீ, இப்படிச் செய்யலாமா நீ' என்று சித்ராவின் மார்பின் சட்டையை மூர்க்கத்தனமாகக் கிழித்தான். சித்ரா 'வீல்' என்று அலறியது, வெளியே காரில் காத்துக்கொண்டிருந்த தம்புவுக்கு லேசாகத்தான் கேட்டது. கீழே கிடந்த புல்லைக் கடித்துத் துப்பிக்கொண்டு 'மச்சம்!' என்றான். 'பச்' என்று துப்பினான். நகத்தைக் கடித்துக்கொண்டு காரின் காஸட்டைப் பெரிதாக்கினான். அபத்தமாகப் பாடிக் கொண்டிருக்க, சட்டென்று காரின் அந்தப் பக்கத்தில் கதவில் ஒரு முகம் எட்டிப் பார்த்தது. தம்பு திடுக்கிட்டான்.

சுமார் ஆறு வயதிருக்கும் ஒரு கிராமப் பெண்ணின் முகம் அது. காரின் உள்ளே இருக்கும் விந்தைகளைப் பெரிய கண்களால் ஆராய்ந்தது.

'லேடியாப் பொட்டியா?'

'போ போ' என்று தம்பு விரட்டினான்.

அவன் கவலை உள்ளுக்குள் நடப்பதிலேயே இருந்தது. நகத்தைக் கடித்துச் சிதிலமாக்கி வீட்டை அடிக்கடி நோக்கிக் கொண்டிருந்தான். உள்ளிருந்து சித்ராவின் குரல் லேசாகக் கேட்டது. அந்தப் பெண் அதைக் கவனித்து, 'யாருக்கும் உடம்பு சரியில்லையா? என்றாள்.

'போ போ.'

'உள்ள யாரு?'

'ஏய் போன்னா!'

'எங்கிட்ட அஞ்சியாசு இருக்கு... அஞ்சியாசு தாயேன்?'

தம்பு இப்போது வீட்டிலிருந்து வெளிப்பட்ட உருவத்தைக் கவனித்தான்.

கேமரா மாலை அணிந்து வரும் வினோத்தைப் பார்த்தான். மௌனமாக நேராக வந்து டிரைவிங் சீட்டில் உட்கார்ந்து கொண்டான். சற்றே மூச்சிரைத்து அவனுக்கு. நடுங்கும் விரல்களால் சிகரெட் பற்றவைத்துக்கொண்டான். கேமராவை பின் சீட்டில் எறிந்தான். தம்பு பேசாமல் அவனையே பார்த்துக் கொண்டிருந்தான்.

'என்ன?'

'ம்...'

எழுந்திருந்த தம்புவை வினோத் தடுத்தான்.

'நானு?'

தம்புவை நிதானமாகப் பார்த்து, 'வேண்டாம்... விட்டுரலாம்.' என்றான்.

தம்பு ஏமாற்றத்துடன், 'அப்ப இவ்வளவு தூரம் உம் பின்னால வந்தது வெட்டிக்கா?'

வினோத் திடீர் ஆவேசத்துடன் வெடித்தான். 'பாஸ்டர்ட்! எதுத்துப் பேசாத! உனக்கு வேணும்னா எங்கயாவது எட்டணா கேஸுக்குப் போ!'

'ஈஸி, ஈஸி... ஸுப்ரிமோ! எதுக்காகக் கோபம்? நீங்க சொன்னா கேக்கவேண்டியது என் கடமைதானே! நீதானே அன்னதாதா! எஜமானன்!' வினோதின் சட்டையைப் பார்த்து.

'அடாடா! என்ன, காயம் பட்டுக்கிட்டியா?'

வினோத் தன் சட்டையைப் பார்த்துக்கொண்டான்.

'என் காயம் இல்லை இது!' என்று காரைச் சீற்றத்துடன் கிளப்பினான்.

அந்தப் பெண், கார் புறப்பட்டுச் சென்ற திசையையும், அது விட்டுச் சென்ற வாசனைப் புகையையும் சற்று நேரம் பார்த்துக் கொண்டிருந்தாள். இங்கிருந்து வீட்டைப் பார்த்தாள். வீட்டு வாசலை நெருங்க, வாயிற்படியில் சித்ராவின் பெட்டி திறந்து கிடப்பதைப் பார்த்தாள். அதிலிருக்கும் ஆடைகளை ஆராய்ந் தாள். ஒன்றை எடுத்துத் தன்மேல் வைத்துக் கொண்டாள். அந்த இடத்தின் அமைதியான சூழலில் பறவைகளின் சங்கீத சப்தங் களின் இடையில் லேசாக விசும்பல் சப்தம் போல அந்தப் பெண்ணுக்குக் கேட்டது. 'வீட்டுக்குள்ள' என்றாள். அதை நோக்கிச் சென்றாள். கிழிசல் பாவாடையும் வெறும் மார்பும் செம்பட்டையாக எண்ணெய் காணாத பின்னலுமாகச் சுற்றிலும் பார்த்துக்கொண்டே நடக்க, தாழ்வாரத்தின் கட்டங்களில் பாண்டி ஆடிவிட்டு, ரசம் போன கண்ணாடியில் தன்னைப் பார்த்துக்கொண்டு, சற்றே தயங்கி, திரும்ப வாசலில் கிடக்கும் பவுடர் டப்பாவுக்குப் போகலாமா என்று யோசிக்கும்போது உள்ளேயிருந்து தெளிவாக விசும்பல் கேட்டது. அதை நோக்கிச் சற்று அச்சத்துடன் சென்றாள். அறைக்கதவு காற்றில் லேசாகச் சப்தித்துக் கொண்டிருந்தது. எட்டிப் பார்த்தாள்.

ஓரத்தில் சுவரை ஒட்டிச் சித்ரா கருவடிவத்தில் சுருட்டிக் கொண்டு கிடந்தாள். உடையெல்லாம் கிழிந்து...

அந்தப் பெண் மெல்ல அவளருகே வந்து கவனித்தாள். 'நீ யாரு' என்றாள். சித்ராவால் நிமிர்ந்துகூடப் பார்க்க முடியவில்லை.

'உடம்பு சரியில்லையா?'

'அப்பா அடிச்சாங்களா?'

'உன்னை வுட்டுட்டு கார்ல போயிட்டாங்களா? அதான் அளுவுறியா?'

'தண்ணி தாவமா இருக்குதா?'

'எந்திரி, எந்திரின்னா!'

'ஏன் சட்டையெல்லாம் கிழிஞ்சிருக்கு? அப்பா அம்மாகிட்ட பைசா இல்லையா?'

'எங்கிட்ட அஞ்சியாசு இருக்கு. இந்தா!'

அந்தப் பெண் நினைத்து நினைத்துக் கேட்ட அந்தக் கேள்விகள் எவற்றுக்கும் சித்ராவின் பதில் மௌன விசும்பல்தாம். மெல்ல, மிக மெல்ல, ஒரே ஒரு கேள்வி இறுதியில் கேட்க முடிந்தது. 'இது என்ன இடம்?'

'அரியாங்குளம்.'

'பக்கத்தில் வீடு இருக்கா?'

'எங்க வீட்டுக்கு வாயேன். எந்திரி! எந்திரின்னா!' அந்தச் சிறுமி சித்ராவை எடுக்க முற்பட்டாள். சித்ரா எழுந்து தன் சட்டையின் அலங்கோலத்தைப் பார்த்துக்கொண்டாள்.

'கிளிஞ்சு போச்சா?' என்றாள் இழுத்து. சித்ராவுக்கு அந்தப் பெண்ணைப் பார்த்ததும் சூர்யாவின் ஞாபகம் வந்து கண்ணில் நீர் முட்டியது. 'வெளியே பொட்டிக்குள் சட்டை இருக்குது, எடுத்தாரன்.'

சித்ரா மெல்ல எழுந்திருக்க முயன்றாள். அந்தச் சிறுமி ஓடிப்போய் வாசலில் கிடந்த பெட்டியிலிருந்து சட்டை எடுத்து வர, சித்ரா அதைத் தன்மேல் போர்த்திக்கொண்டு, மெல்ல அவள் தோள்மேல் கையூன்றிக்கொண்டு எழுந்து நடந்து வெளியே வந்தாள். பிரமை பிடித்தவள் போல் சித்ரா நடக்க, அந்தப் பெண்தான் வாய் ஓயாமல் பேசிக்கொண்டு வந்தது.

'எங்கக்காளுக்குக் கல்யாணம் ஆயிருச்சு. புள்ளையை நாந்தான் பார்த்துப்பன். எங்கப்பாரு அடிப்பாரு. பெரியண்ணனும் அடிப்பாரு. புளியம் மிளாறில. இது ஓம் பொட்டியா? கீள போட்டுட்டியா... வேண்டாமா?'

'உம் பேர் என்ன?'

'செல்லாயி.'

'செல்லாயி! உங்க ஊர்ல டெலிபோன் இருக்கா?'

'அப்படின்னா?'

'அலோ, அலோ!'

'காதில வெச்சுப் பேசுவாங்களே! இருக்குது தபால் ஆபீசில.'

'அங்க என்னைக் கூட்டிக்கிட்டுப் போயேன்?'

'காசு தாரியா அஞ்சியாசு?'

விஜி அப்போது அலுவலகத்தில் புராதன பத்து லைன் ஸ்விட்ச் போர்டில் அங்கங்கே ஜாக்குகளைச் செருகிக்கொண்டிருந்தான். டிரங்க் கால் வந்திருப்பதாக தகவல் வந்தது.

'ஸ்பீக் ஆன் ப்ளீஸ்! டிரங்க் கால் ஃப்ரம் அரியாங்குளம் போஸ்ட் ஆபீஸ்!'

'அரியாங்குளம், மிஸ்டர் விஜயகுமார்!'

'என்னது, அரியாங்குளமா? அப்படி ஒரு பேரே தெரியாதே மேடம் ஹூ இஸ் காலிங்?'

சித்ரா என்ற பெயரைக் கேட்டதும் விஜிக்குச் சர்வமும் விழித்துக் கொள்ள, 'ஓ யெஸ்... ப்ளீஸ் புட் ஹர் ஆன்! பிபி ஹோல்டிங்!'

'அலோ...! அரியாங்குளம் பிபி ஹோல்டிங்! ஸ்பீக் ஆன்...'

கோ-ஆக்ஸியல் அவஸ்தைகள் கடந்து சித்ராவின் மெலிய குரல் மெல்ல மெல்ல விசும்பல்களுடன் பேசப் பேச விஜியின் முகம் மாறியது.

'சித்ரா. இத பாரு. போலீஸ் கம்ப்ளெயிண்ட் கொடுத்தியா? சரி சித்ரா, நானு உடனே டாக்ஸி ஏதாவது புடிச்சு வரேன். அங்கேயே இரு. த பாரு! அழக்கூடாது. அழாதே! நான் உடனே வரேன் டாக்ஸி புடிச்சு! கொஞ்சம் தைரியமா வெயிட் பண்ணு. போஸ்ட்மாஸ்டர் கிட்ட போனைக் கொடு...'

'த பாருங்க... உங்க பேர் என்ன- பொன்னம்பலம்! அந்தப் பொண்ணைக் கொஞ்சம் ஜாக்கிரதையா பார்த்துக்கங்க. உடனே ஒரு டாக்ஸி பிடிச்சு ராத்திரிக்குள்ள வந்துர்றேன்! எதாவது சாப்பிடக் கொடுங்க! எல்லாச் செலவையும் நானே கவனிச்சுக் கறேன். அதிகம் பேச்சுக் கொடுக்காதீங்க! அதை எதையும் கேக்காதீங்க! நான் வந்துர்றேன்...'

8

விஜி டாக்ஸி ஏற்பாடு பண்ணி அங்கே போய்ச் சேருவதற்குள் பின்னிரவாகிவிட்டது. அரியாங்குளம் என்று விசாரித்துக் கொண்டு இருட்டில் அந்த ஊருக்கு வரவேற்கும் பஞ்சாயத்து போர்டைத் தேடிப் பிடித்து ஒரே ஒரு குழல் விளக்கின் வெளிச்சத்தில் ஊர் நாய்கள் அத்தனையும் தொடர, தபால் ஆபீசைத் தேடிக்கொண்டு போனபோது, அந்த வீட்டுத் திண்ணையில் சித்ரா ஒடுங்கிப் படுத்திருந்தாள். பக்கத்தில் சிம்னி விளக்கு வைத்திருக்க, செல்லாயி அவளையே கண் கொட்டாமல் பார்த்துக்கொண்டிருந்தாள். பால் தொடாமல் வைத்திருந்தது. அலுமினியத் தட்டில் சோறும் அப்படியே. அவள் கண்கள் சுவரில் சேவிங்ஸ் சர்பிகேட், பப்ளிக் பிராவிடண்ட் ஃபண்ட் போன்ற ஜன - கல்யாண விளம்பரங்களை வெறித்துப் பார்த்துக் கொண்டிருக்க விஜி டாக்ஸி கதவை அதட்டிச் சாத்திக்கொண்டு வருவதுகூட அவளுக்கு உறைக்கவில்லை. 'இருங்க... உடனே கிளம்பிரலாம்.'

விஜி அவளைப் பார்த்துத் திடுக்கிட்டான். புயலடித்து ஓய்ந்து போன பெண்போல இருந்தாள். மெல்ல அருகில் வந்து உட்கார்ந்து

கொண்டு அவள் நெற்றிக் கூந்தலை வருடினான். 'சித்ரா என்னம்மா ஆயிருச்சு?'

அவனைத் திரும்பிப் பார்த்து முதலில் தயங்கினவள், சட்டென்று அவன் மார்பில் சாய்ந்துகொண்டு கேவிக் கேவி அழுதாள். இருட்டில் போஸ்ட்மாஸ்டரின் குரல் கேட்டது.

'என்ன ஆச்சுன்னு சொல்லவே மாட்டேங்குதுங்க. சோத்தையே தொட்டுப் பார்க்கலை. ரூபா ஒண்ரை செலவழிச்சுப் பாலு, பளம் எல்லாம் வாங்கியாந்ததுதான்! மிச்சம்.'

'சித்ரா... சித்ரா! இட்ஸ் கோயிங் டு பி ஆல்ரைட். வா, வீட்டுக்குப் போகலாம்.'

'விஜி சார்! ரெண்டு பேரு, அப்பாக்கு உடம்பு சரியில்லைன்னு சொல்லி ஏமாத்தி... பொய்யெல்லாம் சொல்லி... என்னைக் கூட்டிண்டு போயி...'

'ஆல்ரைட்! அப்புறம் பேசலாம்மா! அப்புறம் பேசலாம். எல்லாம் சரி பண்ணிடலாம். கவலைப்படாதே வா, வீட்டுக்குப் போகலாம்.'

'சட்டையெல்லாம் கிழிச்சு...'

'இனஃப் சித்ரா... மிஸ்டர் பொன்னம்பலம் யாருங்க? இந்தாங்க உங்க செலவுக்கு. நான் இந்தப் பொண்ணைக் கூட்டிக்கிட்டு போறேன். ரொம்ப நன்றிங்க.'

'ரேப்பாயிருச்சுங்களா? பேப்பர்ல வருமுங்களா?'

விஜி அவரைக் கவனிக்காமல் அவரிடம் பத்து ரூபாய் நோட்டைக் கொடுத்துவிட்டு, சித்ராவைக் கையோடு அழைத்துச் செல்ல, செல்லாயி, 'போயிட்டு வாரியாக்கா, சரியாப் போயிரும்' என்று ஆறுதல் சொன்னாள். விஜி அவளை அணைத்துக்கொண்டு உட்கார்ந்துகொள்ள, 'விஜி சார், இந்தக் குட்டிப் பொண்ணுக்கு ஏதாவது தந்துருங்க... ரொம்ப ஒத்தாசை' என்றாள். விஜி கொடுத்த இரண்டு ரூபாயை மற்ற பேரைப் பார்த்துக்கொண்டே வாங்கத் தயங்க, பொன்னம்பலம், 'வாங்கிக்க புள்ளை, அவங்க போவணுமில்லை' என்று அதட்ட, டாக்ஸி கிளம்ப, சித்ரா சாய்ந்துகொண்டாள். வண்டி புறப்பட்டது.

'ரெண்டு பேரும் பாய்ஸ்தான். அப்பாவுக்கு உடம்பு சரியில்லைன்னு சொல்லிண்டு...'

'உங்க டீச்சர் எப்படி அனுப்பிச்சாங்க?'

'நேரா மெட்ராஸ்தாங்களா?'

'ஆமாம்பா. நேராப் போயிரலாம். நடுவில எங்கயாவது டீ குடிச்சுக்கலாம். நாஷ்தா பண்ணிக்கலாம்.'

'நிஜம் போல பொய் சொன்னான் விஜி சார்! கூட ஒரு வயசான வரைக் கூட்டிண்டு வந்து அவர்தான் அவனோட அப்பான்னு சொல்லி...'

'சே! இருந்தாலும் மோஸ்ட் இர்ரெஸ்பான்ஸிபிள்! எப்படி விசாரிக்காம அனுப்பலாம்? கார் நம்பர் பார்த்துண்டியா?'

'உங்க பேரு, அப்பா பேரு எல்லாம் சொன்னார் சார்! யாரும் நம்பிடுவா. ஃபாரின் காரு. நம்பர் பார்த்துக்கலை. ஆனா, அந்த ஹாரனை மறக்கமாட்டேன். அந்தப் பையன்ல ஒருத்தனை நாம அன்னிக்கு பஸ் ஸ்டாண்டில பார்த்திருக்கோம்...'

'என்னிக்கு?'

'அன்னிக்கு, அவங்க ரெண்டு பேரையும் போலீஸ்ல புடிச்சுக் கொடுத்து சரியான பனிஷ்மெண்ட் கொடுக்கணும்.'

'சரி, கொடுக்கலாம்.'

'என் சட்டையெல்லாம் கிழிச்சுக் கிழிச்சு என்னை.'

'சித்ரா! அவன் வந்து உன்னை... வேண்டாம் சித்ரா... சொல்லாதே, படுத்துக்க... ரெஸ்ட் எடுத்துக்க.'

சற்று நேரம் கார் மௌனமாகச் சென்றுகொண்டிருக்க, வான விளிம்பில் வெளுப்பாக வெளிச்சம் தெரிந்தது - முதல் தினத்தை சோப்புப் போட்டு அலம்பி அசெப்டிக்காகக் கழுவினதுபோல.

'சித்ரா! நான் சொல்றதைக் கவனமா கேளு. இப்ப உன்னை டாக்டர்கிட்ட அழைச்சுட்டுப் போகப்போறேன். வீட்டுக்கு நேரா போகப் போறதில்லை. மெட்ராஸ் போனதும் உன் காயங்களுக்கு மருந்து போடப்போறோம். அதுக்கப்புறம் வீட்டுக்குப்

போறோம்... என்ன? நேத்திக்கு நடந்ததைப் பத்தி அம்மாகிட்ட, அப்பாகிட்ட யார்கிட்டயும் சொல்லவேண்டாம் என்ன?'

'அம்மா கண்டுபிடிச்சிருவா' என்றாள் சித்ரா.

'இத பாரு... உனக்கு ஒண்ணுமே நடக்கலை போல இரு. பிக்னிக்கிலிருந்து நான் உன்னை அழைச்சுட்டு வர்றாப்பல.'

'ரொம்ப டயர்டா இருக்கு. படுத்துக்கட்டுமா?' என்றாள்.

பின் சீட்டில் சுருட்டிப் படுத்துக்கொண்டவளைச் சற்று நேரம் பார்த்துக்கொண்டிருந்தான். கடவுளே! நான் பயந்தது நடந்து விட்டது. பொறுப்பு ஏற்றுக்கொள்ளும்போதே கொஞ்சம் உள்மனத்தில் உறுத்திக்கொண்டிருந்தது நடந்தேவிட்டது. இதில் ஒரு தவிர்க்க முடியாத விதி இருக்கிறது என்று சொல்லலாமா? எதற்காக இத்தனை சிரமப்பட்டு இவளை பிக்னிக்குக்கு அனுப்பினேன்? விதிதான்! இதை நான் தவிர்த்திருக்க முடியாது! இல்லை இல்லை. விதி என்பது இயலாமைக்குச் சொல்லப்படும் காரணம். இப்போது என்ன ஆகிவிட்டது? எதையும் - எதற்கும் நிவாரணம் இருக்கிறது. யாரிடமும் சொல்லாமல் முழுக்க முழுக்க மறைத்துவிட்டால் போதும். முதலில் இவளுடைய சேதத்தின் அளவைக் கண்டுபிடிக்க வேண்டும். டாக்டர் சாரதம்மாவின் ஞாபகம்தான் வந்தது அவனுக்கு. அவனுடன் பணிபுரியும் டெலிபோன் ஆபரேட்டர் கிருஷ்ணவேணியின் மூத்த சகோதரி. பிரபலமான கைனகாலஜிஸ்ட்.

கிளினிக்கின் வரவேற்பறையில் அழகான குழந்தை போஸ்டர் கண்ணாடிக்குள் சிரித்துக்கொண்டிருந்தது. மருந்து அலமாரியில் தட்டுத் தட்டாகச் சுத்தமாகப் பளபளப்பாக, எல்லாமே துல்லியம்! இங்கு வருவதை உண்டாக்கும் மனிதர்களைத் தவிர! விஜி கவலையுடன் உட்கார்ந்திருக்க, சாரதம்மா சுலபத்தில் அவன் சங்கடத்தைப் புரிந்துகொண்டு 'ஓ! ஐ அண்டர்ஸ்டாண்ட். வாம்மா குழந்தை' என்று, அன்பாக சித்ராவை அழைத்துச் சென்று 'ஐ'ம் நாட் கோயிங் டு ஹர்ட் யூ. பயப்படவே கூடாது...' அவர்கள் இருவரும் திரைக்குப்பின் மறைந்துவிட நல்ல வேளை... தெரிந்தவர் யாரும் பார்க்கவில்லை.

சற்று நேரத்தில் டாக்டர் திரையைத் திறந்து வெளியே வந்தாள். டவலில் கை துடைத்துக்கொண்டு நாற்காலியில் உட்கார, பின்னால் தயங்கிக்கொண்டே வந்த சித்ரா, பெஞ்சில் பொம்மை

போல அமர்ந்தாள். விஜி கவலையுடன் டாக்டர் பேசக் காத்திருந்தான்.

'என்ன வயசு இவளுக்கு?'

'எபவ்ட் செவன்டீன் டாக்டர்.'

'பதினேழுக்கு அதிகம் தெரியலை. மஸ்ட் பீ லோயர் மிடில் கிளாஸ். என்ன ஆச்சு மிஸ்டர் விஜயகுமார்?'

'பிக்னிக் போயிருந்தப்ப ரெண்டு பையங்க கார்ல வந்து இவ அப்பாவுக்கு உடம்பு சரியில்லைன்னு தனியா கூட்டிக்கிட்டு போயி... ஹஸ் ஷி பீன் ரேப்ட் டாக்டர்!'

'இல்லை! அதான் ஆச்சர்யம்! பற்பல விதங்களில இவளைக் கலைச்சு என்ன செய்திருக்காங்க. தெரியுமா...?'

விஜி காத்திருந்தான்.

'போட்டோ எடுத்திருக்காங்க. வேற ஒண்ணும் செய்யலை! ஒருத்தனா, ரெண்டு பேராம்மா?'

சித்ரா ஒரு விரலைக் காட்டினாள்.

'இன்னொருத்தன் ஒத்தாசைக்கு. அந்தப் பையன்களைக் கண்டு பிடிச்சுத் தண்டனை கொடுத்தே ஆகணும்.'

'முதல்ல போலீஸ் கம்ப்ளெயிண்ட் யார் கொடுக்க முடியும்? சொல்லுங்க. திஸ் இஸ் நாட் ரேப்!'

'ஏன்? பேரண்ட்ஸ் கொடுக்கலாம். இவதான் கொடுக்கணும்னு இல்லை. நீங்ககூடக் கொடுக்கலாம். நடந்ததை ஸ்டேட் மென்ட்டா எழுதிக்கொடுக்கணும் அவ்வளவுதான்.'

'கொடுத்தா என்ன ஆகும்?'

'வாட் டு யூ மீன்? குற்றவாளியைக் கண்டுபிடிப்பாங்க.'

விஜி நிதானமாகப் பேசினான். 'சரி! கண்டுபிடிக்கிறாங்க... கண்டு பிடிச்சுத் தண்டனை கொடுக்கணும். அதுக்கு இவ என்ன செய்ய ணும்? கோர்ட்ல சாட்சி சொல்லணும். அதுக்கப்புறம்? வாட் ஹாப்பன்ஸ் டு திஸ் கர்ள்? மத்தியதர வர்க்கக் குடும்பத்தைச் சேர்ந்த பிராமணப் பொண்ணு... இவ வாழ்க்கை எந்தவிதத்தில

பாதிக்கப்படும்னு நாம யோசிக்கவேண்டாமா? இவளால போலீஸு, கோர்ட்டு, கேள்விகள் எல்லாத்தையும் தாங்க முடியுமா? இவ அப்பா அம்மாவாலே அந்த வெளிச்சத்தை, விளம்பரத்தைத் தாங்க முடியுமா?'

'அதுக்காக? இந்த மாதிரி அயோக்கியத்தனம் பண்ணிட்டு அவங்க ரெண்டு பேரும் சுதந்தரமா அலையணும்ங்கறிங்களா?'

'அப்படியில்லை டாக்டர்! அவங்க ரெண்டு பேருக்கும் வேற விதத்தில தண்டனை கிடைச்சுரும், நிச்சயம்!'

டாக்டர் சாரதம்மா அவனை மிகவும் ஆச்சரியத்துடன் பார்த்தாள். 'மை காட்! எந்த யுகத்தில் இருக்கிங்க மிஸ்டர் விஜயகுமார்? தண்டிக்கிற கடவுள், அல்லது இயற்கை தண்டிக்கிறது எல்லாம் எப்பவோ நளாயினி காலத்தோட காலாவதி ஆயிருச்சு. நாய் நாயைத் தின்னற உலகம் இது. பேசாம ஒரு கம்ப்ளெயிண்ட் கொடுங்க.'

'இல்லைங்க. இதை நீங்க கொஞ்சம் நிதானமாக யோசிச்சுப் பார்த்திங்கன்னா உங்களுக்குப் புரியும்.'

டாக்டர் நம்பாமல் கண்ணாடியைத் துடைத்துப் போட்டுக் கொண்டு அவனைப் பார்த்தாள். 'போலீஸ் கம்ப்ளெயிண்ட் கொடுக்கப்போறதில்லையா?'

'டாக்டர், உங்களை அப்பட்டமா ஒரு கேள்வி கேக்கட்டுமா? சப்போஸ் இது உங்க மகளுக்கே நிகழ்ந்திருந்தா நீங்க உடனே போய் போலீஸ் கம்ப்ளெயிண்ட் கொடுப்பிங்களா?'

டாக்டர் அந்தக் கேள்வியால் சற்று நிறுத்தப்பட்டவள்போல மௌனமானாள்.

'மத்தவங்களுக்கு அட்வைஸ் பண்றது ரொம்ப சுலபம் டாக்டர், நான் இதைச் செய்தவனை வேற விதத்தில் கவனிச்சுக்க உத்தேசிச்சிருக்கேன். முதல்ல இந்தப் பெண்ணுக்குத் தேவை யானது, பரபரப்பில்லாத சில தினங்கள். அமைதி, காயம் முதல்ல ஆறட்டும்.'

'உடம்பில இருக்கிற காயம் ஆறிடும். மனசில?'

'அதுவும் ஆறிடும்... ப்ளீஸ் டாக்டர்! நாங்க இங்க வந்து உங்களைப் பார்த்ததை யார்கிட்டயும் சொல்லாம இருங்க.'

'உங்க போக்கு விசித்திரமா இருக்கு.'

'யோசிச்சுப் பார்த்திங்கன்னா, நம்மைப் பாதிக்காம இருக்கிற வரைக்கும் பொதுவா இதைப்பத்தி நிறையவே உபதேசம் செய்யலாம்... இல்லையா? வா சித்ரா. டாக்டர்... தயவு செய்து யார்கிட்டயும் இதைப்பத்திக் கொஞ்ச நாளைக்குச் சொல்லாம இருந்திங்கன்னா.'

'ஓகே... ஓகே! உங்க மாதிரி முதுகெலும்பு இல்லாத ஆசாமிங் களுக்குப் பஞ்சமே இல்லை இந்த நாட்டில்...'

சித்ரா ஒத்திகை பார்த்த இயந்திரப் பெண் போல, 'பிக்னிக்கில் எனக்கு இருப்புக் கொள்ளலை. அப்பாவுக்கு உடம்பு சரியில்லையா... விஜி சார். நான் பொய் சொல்றேன். கவலைப் படாதீங்க!'

'ஸாரி சித்ரா, ரொம்ப நாளைக்கப்புறம் இதை யோசித்துப் பார்த்தா, உன் நன்மைக்காகத்தான்னு நீயே புரிஞ்சுப்ப...'

'இப்பவே புரியறது...'

'தைரியமா இரு. உனக்கு ஒண்ணும் ஆகலை. காயம் படற தில்லையா? அது மாதிரிதான்! காயம் ஆறிப்போகும். நீ யார்கிட்ட யும் சொல்லலைன்னா நான் யார்கிட்டயும் சொல்றதில்லை! என்ன? கொஞ்சம் சிரி. பார்க்கலாம். ரொம்ப நேரமாச்சு.'

சித்ரா கண்ணீருடன் சிரித்து, 'தாங்க்ஸ்!' என்றாள்.

9

சூர்யா, 'அம்மா அம்மா! சித்ரா வந்தாச்சு!' என்று உற்சாகமாகக் கூப்பிட்டாள்.

விஜி டாக்ஸியிலிருந்து அவளை இறக்கி விட்டுச் சற்று அவசரமாகத் தன் அறையை நோக்கிச் சென்றான். சித்ரா தயக்கத்துடன் பெட்டியைச் சேகரித்துக்கொண்டு தலை முடியைப் பின் தள்ளிக் கொண்டு, 'கத்தாதடி' என்று சூர்யாவை அதட்டினாள். அம்மா புடைவையில் கைக்காரியத்தைத் துடைத்துக் கொண்டு, 'என்னடி ஒரு நா முன்னாடி வந்துட்டா? பிக்னிக் எல்லாம் முடிஞ்சு போச்சா?'

சித்ரா மெதுவாக, 'இல்லைம்மா! அப்பாவுக்கு உடம்பு சரியில்லைன்னதும் எனக்கு இருப்புக்கொள்ளவே இல்லை.'

விஜிக்கு அறையிலிருந்து அப்பாவின் குரல் கேட்டது.

'பாத்தியா, எம் பொண்ணுக்கு எம்மேல் எத்தனை உசிரு!'

'ஏன் ஒரு மாதிரி இருக்கே உடம்பு, கிடம்பு சரி யில்லையா? கன்னத்தில் என்ன ப்ளாஸ்திரி?'

'ஒண்ணுமில்லைம்மா.'

'என்னடி, ஏதாவதுன்னா சொல்லுடி... நாளா? இல்லையே. இப்பதானே ஆன...'

'ஒண்ணுமில்லைம்மான்னா!' என்று எரிந்து விழுந்தாள்.

விஜி 'கடவுளே! என்ன செய்யப் போறேன்! எப்படிச் சமாளிக்கப் போறேன்' என்று தனக்குள் பிரலாபித்துக்கொண்டான்.

அதே சமயத்தில் வினோத்தின் அம்மா, 'என்ன ஸன், பிக்னிக் போயிருந்தியா? நல்லாருந்துச்சா?' என்றாள்.

'நல்லாருந்துச்சு... போட்டோ எடுத்தேன்!'

'என்ன போட்டோ எடுத்த கண்ணு? எனக்குக் காட்டுவியா?'

'களுவினப்புறம் காட்டறன்மா.'

'அவங்கள்லாம் வந்திருந்தாங்க.'

'அப்படியா, சந்தோஷம்.'

'ரஞ்சனிகூட வந்திருந்தது... என்ன ப்ரெட்டி தெரியுமோ? உனக்கும் அதுக்கும் ரொம்பப் பொருத்தம். ஓ! ஐம் ஸோ ஹாப்பி! என்ன நல்ல பொண்ணு தெரியுமா? எவ்வளவு டேலண்ட்? வீணை வாசிக்குது. பரத நாட்டியம் பண்ணுது. பாப்கூட பாடுது. டிவில யூத் புரோக்ராம் பண்ணிருக்குது.'

'புல்புல்தாரா வாசிக்குமா?'

'ஸன், பி சீரியஸ்!'

ஷவரில் குளிக்கும்போது வினோத்தின் அசதி அழுக்குடன் அந்தப் பய விழிகளையும் கழுவ முயற்சித்தான். 'த பாரு கூவாத! கூவக் கூடாது. உன்னை நான் என்ன பண்ணிட்டேன்? போட்டோதான எ(ட்)டுக்கறேன். போட்டோக்கு மட்டும் காட்டிரு போதும். உன்னை நான் யாதொரு இம்சையும் பண்ணமாட்டேன்.'

க்ளிக் க்ளிக் க்ளிக்...!

'நீ யாராயிருந்தாலும் ஸாரி!'

எல்லாமே கலர், எல்லாவற்றையும் கழுவிப் பெரிசு பண்ணி ஆல்பத்தில் ஒட்டிக்கொள்ளவேண்டும்? இவள் எத்தனாவது?

எட்டாவதா? ஒன்பதாவதா? ஆல்பத்தில் எண்ணிப் பார்க்க வேண்டும். தயாராகக் காட்டச் சம்மதித்த அந்த காபரே பெண்ணைச் சேர்க்காவிட்டால் எட்டுதான்! எட்டு பெண்கள்தாம்! பத்தாவது கிடைக்கிறவரைக்கும் சாந்தியில்லை. அன்றைக்கு சயன்ஸ் ஃபிக்ஷனில் வாசித்தது போல ராபர்ட் ஷக்லி.

குளித்துவிட்டுச் சற்று நேரம் கண்ணாடியில் கனமான தங்கச் சங்கிலி அணிந்த மொசமொச மார்பை அந்நியனைப் போலப் பார்த்துக்கொண்டான். முகத்தை அஷ்டகோணல் ஆக்கிக் கொண்டு, 'பாஸ்டர்ட்! நீ சாவப்போறே. ஒழியேன்!' என்று தன்னைத் திட்டிக்கொண்டான். உடை மாற்றிக்கொண்டு, உயர்தர செண்டெல்லாம் தெளித்துக்கொண்டு காரில் பாய்ந்து புறப் பட்டான்.

'மம்மி, ராத்திரி நேரமாகும். வீடியோ கீடியோ பாக்கறதா இருந்தா பாத்துக்கங்க' என்றான்.

அவன் புறப்பட்ட திசையை அவன் தாய் புரியாமல் பார்த்துக் கொண்டிருந்தாள்.

'கல்யாணம் ஆனா செரியாப் போயிரும்' என்றாள் தனக்குத் தானே!

அந்தப் பெண் ஒரு மொபெட்டில் வெலிங்டன் அருகில் டிராபிக் விளக்கில் காத்திருந்தாள். அவள் முதுகில் ஒரு கித்தார் இருந்தது. அவளருகில் ஒரு கார் வந்து நிற்க சிவப்பு விளக்கு இன்னம் பாக்கியிருந்தது. அந்த காரில் இருந்த இரண்டு இளைஞர்கள் அவளைப் பார்த்து 'ஹாய்' என்றனர்.

பெண் திரும்பிப் பார்த்துச் சிரித்து, 'ஹாய் ஸ்வீட் ஹார்ட்!' என்றாள். அவர்கள் திகைத்துப்போய் ஒருவரை ஒருவர் பார்த்துக் கொண்டு, ஒருவன் தைரியம் பெற்று, 'எதுக்கு மொபெட்ல போற, கார்ல ஏறிக்கயேன்' என்றான்.

'வர்றனே!'

'டேய், நமக்கு மேல இருக்கும்போல இருக்குடா! என்னம்மா சாலுவா?'

விளக்கு நிறம் மாற, அவள், 'ஓ யெஸ், எங்க வரணும்?' என்றாள்.

'யூ நேம் தி ப்ளேஸ் ஸ்வீட் ஹார்ட்.'

'எம் பின்னாடி வா ஸ்வீட் ஹார்ட்.'

பின் பக்கத்துப் போக்குவரத்துக்காரர்கள் ஹாரனால் அதட்ட, அந்தப் பெண் தன் மொபெட்டைக் கிளப்ப அவளை கார் பின் தொடர்ந்தது. ராயப்பேட்டை வழியாக வந்து ராதாகிருஷ்ணன் சாலையில் திரும்பி மியூசிக் அகாடமி ஹால்வரை இளைஞர்கள் அந்தப் பெண்ணைத் தொடர்ந்தார்கள். ஹாலின் முன் வாசலில் 'அகில இந்திய பெண் விடுதலை மாநாடு' என்று பெரிதாகத் துணியில் எழுதியிருந்ததை அவர்கள் கவனிக்கவில்லை. 'இன்று நித்யா பேசுகிறார்' என்றும் எழுதியிருந்தது.

'பெண்ணை விலைக்கு வாங்காதே!'

'பெண்ணை எரிக்காதே!'

'மாதர் தம்மை இழிவு செய்யும் மடமை!' போன்ற வாக்கியங் களும் பிரதானமாக எழுதியிருக்க, அந்தப் பெண் உள்ளே தன் மொபெட்டில் நுழைய, 'நித்யா வந்தாச்சு' என்று ஆரவாரத்துடன் பெரும்பாலும் இளம் பெண்களின் கூட்டம் அவளைச் சூழ்ந்து கொள்வதை அவர்கள் கவனித்துக்கொண்டே காரிலிருந்து இறங்க, சட்டென்று தம்மைச் சுற்றிலும் பெண் பிள்ளைகள் கூட்டம் அதிகமாக இருப்பதை அவர்கள் உணருமுன் நித்யா, 'கமான் ஸ்வீட் ஹார்ட்' என்று அவர்களை வரவேற்று, 'ஃப்ரெண்ட்ஸ். இவங்க ரெண்டு பேரும் மாநாட்டுக்கு வந்திருக் காங்க. வாங்க. வாங்க!'

'இல்லைங்க, அப்புறம் வர்றோம்.!'

'பொறுக்கிப் பயலுகளா, ரோடில போற பொம்பளைங்கல்லாம் கிடைக்கக் கூடியவங்கன்னு எண்ணமா? கர்ள்ஸ். இவங்களை என்ன செய்யலாம். கற்பழிக்கலாமா? கழட்டுய்யா சட்டையை!'

இளைஞர்கள் இருவரும் இந்த வகைப் பெண்களைச் சந்தித்ததே இல்லை. 'டேய் மாட்டிக்கிட்டோம்னு நினைக்கிறேன். இது ஏதோ விமன்ஸ் லிப் கூட்டம்! ஓ மை காட்! வாட்ஸ் திஸ் சிஸ்டர்! விட்டுருங்க.'

அவர்களை நிஜமாகவே சட்டையைப் பிடித்துக் கழற்றித் துகிலுரிய ஆரம்பித்தார்கள் அந்தப் பெண்கள். அந்தப் பெண் நித்யா உக்கிரமாக, 'சிஸ்டர்! ராஸ்கல்! கிடைக்கலைன்னா

சிஸ்டர்! காளை மாட்டை வண்டில பூட்டறதுக்கு முன்னாடி என்னடி செய்வாங்க?'

'மை காட் வேண்டாம். டேய்! ரொம்ப திராவக கேஸா இருக்கும் போல இருக்குடா. ஓடுரா டேய்! காருக்குள் பாய்ந்து பங்க்ச்சர் டயரையும் பொருட்படுத்தாமல் வளைந்து நெளிந்து அவர்கள் புறப்பட, முழுசாகத் தக்காளி ஒன்று டிரைவரின் முகத்தில் வெடித்தது.

நித்யா இதைக் கேலியாக எடுத்துக்கொள்ளவில்லை. சிரிக்க வில்லை. 'இந்த மாதிரி ரெண்டு மூணு இடத்தில புத்தி புகட்டித் தான் ஆகணும்.' அவள் முரட்டுக் கதரில் சட்டை அணிந்திருந்தாள். கொஞ்சமேனும் தன்னுடைய அலங்காரத்தைப் பற்றிக் கவலைப் பட்டவளாகத் தெரியவில்லை. தலைமுடியைச் சுத்தமாக சின்னப் பையன் சலூன் கிராப் போல வெட்டியிருந்தாள். மிக மெலிய வைராக்கியமான உதடுகள். நெற்றியில் சேர முயற்சி செய்து கொண்டிருந்த புருவம், சற்றே மேல் நோக்கிய மூக்கு, சின்ன மார்புச் சட்டையில் 'தொடாதே' என்று எழுதியிருக்க கித்தாரில் 'நித்யா' என்று குறுக்கே எழுதியிருந்தது. அவள் அந்தக் கூட்டத்தில் மிகவும் பிரசித்தமானவள் என்பது சுலபமாகத் தெரிந்தது. உள்ளே செல்லும்போது நூற்றுக்கணக்கான பெண்கள் 'நித்யா நித்யா என்று அவளைத் தொட்டுத் தொட்டுத் தம் சந்தோஷத்தை வெளிப் படுத்திக்கொண்டிருந்தனர். மேடையில் பேசிக்கொண்டிருந்த நடுத்தர வயதுப் பெண்மணியிடம் இருந்த கவனம் முழுவதும் விலகி, அந்த ஹாலில் அடைந்திருந்த ஆயிரம் பேரும் நித்யாவையே பார்த்துக் கொண்டிருக்க அந்த அம்மாள் சளைக் காமல் புள்ளி விவரமாக அளித்துக்கொண்டிருந்தாள்.

'1918 சென்ஸஸ்படி தமிழ்நாட்டில் மொத்த ஜனத்தொகை நாலு கோடியே எண்பத்திரண்டு லட்சத்துத் தொண்ணூற்றேழாயிரத்து நானூத்தைம்பத்தாறு. இதுல பெண்கள் ரெண்டு கோடியே முப்பத்தெட்டு லட்சத்து எழுபத்தொண்ணாயிரத்து இருநூற்று இருபத்தெட்டு. இவங்கள்ள வேலைக்குப் போறவங்க எத்தனை பேர்? அம்பது லட்சம். அவ்வளவுதான். ஆண்கள் அம்பது சதவிகிதம் வேலைக்குப் போறப்ப பெண்கள் எத்தனை சதம்? இருபத்தியொரு சதம்!'

இப்போது நித்யா மேடைப் படிகளில் துடிப்புடன் ஏறிச் செல்ல, கைதட்டல் ஆரவாரம் அதிகரித்தது, அம்மாள் 'இதோ நித்யா

வந்தாச்சு. இனிமே என்னதான் நான் சொன்னாலும் கவனிக்கப் போறதில்லை நீங்க...'

நித்யா மேடையில் கித்தாருடன் பிரவேசித்து எல்லோரையும் நோக்கிக் கையாட்டினாள். அவள் ஓர் இயல்பான தலைவி என்பது தோரணையில் தெரிந்தது. மைக்கின் அருகில் வந்து அதை 'செக் செக்' என்று பரிசோதித்து, இடம் வலமாகத் திரும்பி அவளுக்காகக் காத்திருந்த வாத்ய கோஷ்டி அத்தனையும் 'தொடாதே' என்று மார்பில் எழுதிய பெண்கள் மெதுவாக மேடையில் தோன்ற, நித்யா தன் கித்தாரை மீட்டிக்கொண்டே, 'அன்புள்ள அடிமைகளே' என்று தொடங்க, ஏற்பட்ட சலசலப்பைக் கையைக் காட்டி நிறுத்தி, 'மாநில அளவில் மாநாடு கூட்டிப் பெண் சுதந்தரத்தைப் பற்றிப் பெரிசாப் பேசிட்டு வீட்டுக்குப் போனவுடனே உங்களோட விலங்குகளை விசுவாசமா மாட்டிக்கப்போற உடன்பிறவாச் சகோதரிகளே!' இப்போது எல்லாம் மௌனமாகிவிட, நித்யாவின் முக்கியத் துவம், கவர்ச்சி புரிய 'இந்த மீட்டிங்குக்கு வரதுக்கு முன்ன ரெண்டுபேர் கார்ல வந்து என்னை நிறுத்தி 'என்னம்மா தனியே போறியே வர்றியா'ன்னாங்க. 'நீ எம் பின்னாடி வாடா சோமாறி'ன்னேன். ஒரு பெண்ணைப் பார்த்தா, அதும் ஸ்கூட்டர் ஓட்டினா, சட்டை பாண்ட் போட்டுக்கிட்டு இருந்தா, அவ அவைலபில்; உடனே அருகில இருக்கிற படுக்கைக்குக் கூப்பிடுவாங்க!' சட்டென்று நிறுத்தி, 'படுக்கை! அதான் சிஸ்டர் உன்னுடைய வீழ்ச்சி. படுத்தே போச்சு! உன்னைப் படுக்க வைக்கறதுக்காத்தான் எல்லாச் சாகசங்களும்... கவிதை எழுது வாங்க. படம் எழுதுவாங்க, பாஸ்டர்ட்ஸ்! படுக்கற வரைக்கும் தலையால தண்ணி குடிப்பாங்க. உன்னை வணங்குவான், கடவுள்ம்பாங்க, தேவிம்பாங்க, தாயேம்பாங்க.' மெலிதாக நித்யா கிட்டாரை மீட்ட, துடிப்பான மெட்டில் மற்றபேர் தாளத்துக்கேற்பக் கைத்தட்ட, பாடினாள்.

பெண்ணை உன்னை வணங்குகிறார்
பெரிதாய் உன்னை மதிக்கிறார்
விண்ணில் தூங்கும் கடவுள் போல
உன்னை அவர்கள் துதிக்கிறார்.
தாயே இவர்கள் மூலம் அமைய
தயை செய், பிள்ளை பெற்றுத்தா

நாயே என்று சில சமயம்
நிந்தித்தாலும் முத்தம் தா
திருவே உந்தன் நிலை பேசி
தெருவில் நிறையப் பாடுகிறார்
இருளில் உன்னை விலை பேசி
இடையை மார்பைத் தேடுகிறார்.
நாட்டின் தலைவி நீதானே
நகரம் எங்கும் உன் முகமே
வீட்டை மட்டும் சீராக்கு
வேளாவேளை சோறாக்கு.

பாட்டைப் பாதியில் நிறுத்தியவளைக் கூட்டம் மேலும் பாடச் சொல்ல, 'இருங்க, பாட்டைக் கேட்டுட்டு வீட்டுக்குப் போயிருவிங்க. அதுக்கு முன்னால முக்கியமானவங்களோட பேச்சைப் பொறுமையா கேட்டாகணும். டாக்டர் சாரதம்மா லீடிங் கைனகாலஜிஸ்ட்... அவுங்க சொல்லப் போற உண்மை கொஞ்சம் கசப்பா இருக்கும். ஆனா நாம கேக்க வேண்டியது முக்கியம்.

டாக்டர் சாரதம்மா, வில் யூ ப்ளீஸ் கம் டு த ஸ்டேஜ்!'

டாக்டர் சாரதம்மா மேடைக்கு வர, கூட்டம் 'வேண்டாம்! இன்னொரு பாட்டு!' என்று ஆரவாரிக்க, சாரதம்மா கொஞ்சமும் பதற்றப்படாமல், 'இன்னொரு பாட்டு வரது! அதுக்கு முன்னாடி நான் உங்களுக்குச் சொல்லப்போற சில விஷயங்கள் உங்களுக்கு அதிர்ச்சி அளிக்கப்போறது. குறிப்பா ஒரு டீன் ஏஜ் பெண்ணுக்கு ஒரு பிக்னிக்ல சமீபத்தில் நடந்தது...' என்று தொடங்கினாள்.

10

டாக்டர் சாரதம்மா, நித்யாவின் பாட்டின் இடையில் குறுக்கிட்டதற்காகக் கூட்டம் ஆரவாரம் செய்வதைச் சற்றேனும் பொருட்படுத்தாமல் பிடிவாதத்துடன், 'ஸாரி! இந்தத் துடிப்புள்ள ரத்தம் கொண்ட நித்யாவோட பாட்டில நானும்தான் மயங்கியிருந்தேன். பாட்டை மட்டும் கேக்காம அதன் அர்த்தத்தையும் கேக்கணும். குறிப்பா, இளம் பெண்கள் இன்னைக்கு பெண் விடுதலையைப் ப(க்)த்தி பேப்பர்லயும் பொது மேடையிலயும் நிறையப் பேசறாங்க. நமக்கெல்லாம் சுதந்தரம் கிடைச்சுருச்சாம். டிவோர்ஸ் சுலபமாயிருச்சாம். வோட்டு உரிமை கிடைச்சுருச்சாம்.

'நிஜமாகவே நமக்குச் சுதந்தரம் கிடைச்சிருச்சான்னா இல்லை. வி ஸ்டில் லிவ் இன் எ மேல் டாமினேடட், மேல் ஷாவினிஸ்டிக் சொசைட்டி. நமக்கு ஆண்கள் தர சலுகை யெல்லாம் மேல் பூச்சு. இந்தம்மா பாட்டில் சொன்னாப்பல 'வீட்டில் இரு, கடவுளா கொண்டாறோம்'ங்கறாங்க. அவ்வளவுதான். பெண்ணுக்குத் தனிப்பட்ட பொருளாதார சுதந்தரம் வர்றவரைக்கும் அவளுக்கு நிஜ சுதந்தரம் கிடையாது. விடுதலை கிடையாது.

சம்பாத்தியம், அந்தஸ்து எல்லாத்துக்கும் ஆணை அவ சார்ந்திருக்கிற வரைக்கும் அடிமைதான்!

'ஒரு சின்ன சம்பவம் சொல்றேன் கேளுங்க. ஷாக்கிங்கா இருக்கும்.

'ஒரு வாரம் முன்னாடி என் கிளினிக்குக்கு ஒருத்தர் தன்கூட ஒரு பதினாறு பதினேழு வயசுப்பொண்ணையும் அழைச்சுகிட்டு வந்தார். அந்தப் பொண்ணு ஸ்கூல் பிக்னிக் போயிருக்குது. ரெண்டு பாய்ஸ், அப்பாவுக்கு உடம்பு சரியில்லைன்னு சொல்லி அவளை ஏமாற்றி அழைச்சுக்கிட்டு ஒரு தனியிடத்துக்குப் போயி, சட்டையெல்லாம் கிழிச்சு, போட்டோ எடுத்திருக்காங்க. அவளை அப்படியே விட்டுட்டுச் சுதந்தரமா போயிட்டாங்க! என்கிட்ட இவரு அழைச்சுக்கிட்டு வர்றாரு! எக்ஸாமின் பண்ணிப் பார்த்தேன். உடம்பில் நகம் கீறின காயம். அப்படியே ஆடிப்போயிருக்குது, கலங்கிப் போயிருக்குது பொண்ணு. நான் அவரை 'ஏங்க போலீஸுக்கு ஒரு புகார் கொடுக்கக் கூடாதா?'ன்னு கேட்டேன். அவர் என்னைத் திருப்பிப் பொட்டில அடிச்சாப்பல ஒரு கேள்வி கேட்டார். 'உங்க பொண்ணுக்கு இது நிகழ்ந்திருந்தா போலீஸுக்கு சொல்வீங்களா?'ன்னு. யோசிச்சுப் பார்த்தா நான்கூட சொல்லமாட்டேன். ஏன்? தைரியமாச் சொல்ற வேளை, அந்த மாதிரி தாக்கப்பட்ட பொண்ணை நம்ம சமூகம் அங்கீகரிக்கிற வேளை வரலை. இன்னும் இது ரேப் கேஸ் இல்லை. இன்னிக்கு நியூஸ் பேப்பர்ல ரிப்போர்ட் ஆற ஒவ்வொரு ரேப் கேஸுக்கும் பத்து கேஸு ரிப்போர்ட் ஆறதில்லை. காரணம்? சம்பந்தப்பட்ட பொண்ணோட வாழ்வு பாழாயிரும். அதனாலதான். அவளை யாரும் கல்யாணம் பண்ணிக்க மாட்டாங்க. கல்யாணம்ங்கறது தான் நமக்கெல்லாம் குறிக்கோளா இருக்குது. கல்யாணம், பிள்ளை பெர்றது! எப்படி உருப்படுவோம் சொல்லுங்க?'

'இந்த நிலை மாற்றுக்கு ரொம்ப நாளாகும். இரண்டாயிர வருஷ சரித்திரத்தை இருவது வருஷத்தில திருத்திர முடியுமா, சொல்லுங்க? நாளாகும். அதுவரைக்கும் நாம எல்லோரும் ஜாலியா பாடிக்கிட்டு மாநாடு கூடிக்கிட்டு இருக்கலாம். நித்யா! நல்லா பாடும்மா. நன்றி! வணக்கம்!'

டாக்டர் சாரதம்மா மேடையை விட்டு இறங்கும்போது நித்யா, 'ஒரு நிமிஷம் டாக்டர்' என்றாள் 'அந்தப் பொண்ணு யாரு?'

'ஸாரி! நான் அதைச் சொல்றதுக்கில்லை. ப்ரொஃபஷனல் எத்திக்ஸ்.'

'சொல்லமாட்டிங்கன்னா எங்க இயக்கத்தால என்ன பண்ண முடியும், சொல்லுங்க?'

'உங்க இயக்கம் கையாலாகாத இயக்கம்! ஏதாவது பண்ண முடியும்னு நீங்க நினைச்சுக்கிட்டு இருந்திங்கன்னா அது முட்டாள்தனம். அதத்தான் நான் சொல்ல வந்தேன், பை!' என்று மௌனத்தின் இடையில் புறப்பட்டுச் சென்றாள்.

அம்மா சித்ராவுக்குத் தலைவாரிப் பின்னிக் கொண்டிருக்க, சித்ரா வெறித்துப் பார்த்துக்கொண்டிருந்தாள்.

'என்னடி ஆச்சு உனக்கு? உடம்பு சரியில்லையா?'

'ஒண்ணுமில்லையம்மா!'

'பாழப்போற பிக்னிக்கு போயிட்டு வந்ததில இருந்து உடம்பு ஒரு மாதிரி ஆயிடுத்து. மின்னைப் போல இல்லைடீ நீ. என்ன பண்றது சொல்லு? சாதம் வேண்டியிருக்கலையா?'

'ஒண்ணுமில்லையம்மா!'

'ஏன் பின்ன ரெண்டு நாளா ஸ்கூலுக்குப் போகலை?'

'பிடிக்கலை.'

'என்ன புடிக்கலை? என்ன புடிக்கலைங்கறேன்? டீச்சர் மூஞ்சியையா?'

'யாரையுமே?'

விஜி அதைக் கேட்டுக்கொண்டே உள்ளே வந்தான். 'சித்ரா ஸ்கூலுக்குப் போகலியா?'

'என்னவோ ஆயிடுத்துப்பா இவளுக்கு, இத்தனை சிடு மூஞ்சியோ இருந்ததே இல்லை. அந்த பிக்னிக்கில என்னவோ நடந்திருக்கு. சொல்லமாட்டேங்கறது, சொல்லுடி! யாராவது உன்னைத் திட்டினாளா, அடிச்சாளா?'

விஜி, 'அதெல்லாம் இல்லைம்மா, அவளைத் தொந்தரவு பண்ணாதிங்க!'

சித்ரா, 'அம்மா, அம்மா, பிக்னிக் போனதிலிருந்து...' என்று தயங்கி விஜியைப் பார்த்தாள்.

அம்மா, 'என்னடி?' என்றாள்.

விஜி கலவரத்துடன், 'ஒண்ணுமில்லை. நீங்க தொந்தரவு பண்ணா திங்க.' என்றான்.

'பயம்மா இருக்கும்மா. யாரைப் பார்த்தாலும் பயம்மா இருக்கு. உன்னைப் பார்த்தா, என்னைப் பார்த்தா!'

அவள் குரல் சற்று தூரத்தில் விரக்தியாக ஒலித்தது. அந்த தாயின் செவிக்கு வினோதமாக இருந்தது. 'ஏண்டாப்பா! எதாவது காத்து கருப்பு அண்டியிருக்குமோ? வெள்ளைக்கட்டி வேணா போடச் சொல்லட்டுமா?' இதற்குள் அப்பா, 'லட்சுமி!' என்று கூப்பிட, 'இதோ வரேன்' என்று உள்ளே போக, விஜி தனியான சந்தர்ப்பத்தைப் பயன்படுத்திக் கொண்டு, 'சித்ரா! இதப்பாரு. நான் என்ன சொன்னேன். காயம் மாதிரி ஆறிப்போய்டும்னு' சூர்யா வந்து, 'சித்ரா, இந்த ஊக்கைப் போட்டுவிடு!' என்றாள்.

'சூர்யா, நாமல்லாம் சினிமா போகலாமா?' என்றான் விஜி உற்சாகத்துடன்.

'சித்ரா, நான், நீ...'

சூர்யா துள்ளிக் குதித்து, 'வால்ட் டிஸ்னி படம்' என்றாள்.

'கரெக்ட்' என்றான் விஜி.

'நீங்க போய்ட்டு வாங்க!'

'சித்ரா அக்கா ஏன் நேத்திக்கு ஒளியும் ஒலியும் பாக்கலை?'

'போடி...போர்!'

விஜி, 'இன்னிக்கு நிச்சயம் சாயங்காலம் படம் பார்க்கப் போறோம். அங்கிருந்து ஐஸ்க்ரீம் பார்லர் போயி பெரிய்ய கோன்! அப்புறம் சர்க்கஸ் அப்புறம்... என்ன வேணும் உனக்கு?' என்று நிமிர்ந்து பார்த்தபோது சித்ரா சுவாரஸ்யமில்லாமல் எழுந்து சென்றாள்.'

டாக்டர் சாரதம்மாவின் கிளினிக்குக்கு வெளி அறையில் ஒரு சோர்ந்த பெண் இடுப்பில் ஒரு குழந்தை, பக்கத்தில் ஒரு

குழந்தையுடன் உள்ளே செல்ல டாக்டர், 'இந்த மாத்திரையைக் கத்திரி வலி எடுக்கற வரைக்கும் தினப்படி ஒண்ணு சாப்பிடு. அப்புறம் பீரியட் வர்றவரை நிறுத்திரு' என்றாள்.

நித்யா அவளைப் பார்க்க வந்திருப்பதாக நர்ஸ் சொல்ல, 'உள்ள வரச் சொல்லு...' என்றாள்.

'இதனால ஒண்ணும் கெடுதல் இல்லைதானே டாக்டர்?'

'கெடுதல் இருக்கலாம்ங்கறாங்க... ஃப்ரான்ஸ்ல பலபேர் நிறுத்தி யிருக்காங்க. மாத்திரை வேண்டாம்னா கட்டுப்பாடா இருக்க ணும். உம் புருஷன்கிட்ட சொல்லு. இல்லாட்டி அந்தாளைக் கூட்டிக்கிட்டு வா. போதும் பெத்தது!'

'அவர் கேக்கமாட்டாரு டாக்டர். மாத்திரையே பரவால்லை.' என்றவளை நித்யா அனுதாபத்துடன் பார்த்தாள்.

'என்ன பாக்கறே நித்யா? பெண்கள் இயக்கத்தின் ராஜகுமாரி. புதுமைப் பெண்ணின் உரிமைக்குரல்! இந்த மாதிரி கேஸை யெல்லாம் உங்க இயக்கம் எடுத்துக்குமா சொல்லு? நீங்க ஃபைட் பண்றது ஒரு பிரின்ஸிபிள்க்குத்தானே?'

'கேலி பண்றிங்க டாக்டர்!'

'நான் அன்னிக்குக் கூட்டத்தில் சொன்னது உண்மையா இல்லையா? தி ப்ராப்ளம் இஸ் மச் பிக்கர் நித்யா, இட்ஸ் மச் டீப்பர்! நம்மளையெல்லாம் தெய்வமாக்கியே சாவடிச்சிருக் காங்க! பெரிய்ய சதி இது...'

'உண்மைதான் டாக்டர், இருந்தாலும் சும்மா இருந்துர்றதா?'

'சே சே! அதுக்குத்தான் பாட்டுப் பாடிக் கை தட்றமே! வருஷா வருஷம் மாநாடு கூட்றோம். பத்திரிகைல எழுதறோம். போதாதா?'

'விரக்தியா பேசறிங்க.'

'நீ லைஃப்ல பார்க்கவேண்டியது நிறைய இருக்கு நித்யா. இப்ப போனாளே பொண்ணு. நாலு குழந்தை, நாலு அபார்ஷன். ரெண்டு குழந்தை சேர்ந்தாப்பல மார்ல பால் சாப்பிடுது! பாஸ்டர்ட், வாஸக்டமி பண்ணிக்கவேண்டாம்? பதிலா இவ மாத்திரை சாப்பிடறா. ரியாக்ஷன். 'அவரு சுகத்துக்காக நான் விட்டுக் கொடுக்கத்தானே வேணும் டாக்டர்'... நான்சென்ஸ்!'

'டாக்டர்! கூட்டத்தில் நீங்க ஒரு பெண்ணைப் பத்தி சொன்னிங்களே, அவ யாரு...?'

'பேர் சொல்லமாட்டேன்னு சொன்னனில்லை?'

'டாக்டர் அந்த கேஸை நான் விசாரிச்சுக் குற்றவாளியைக் கண்டுபிடிச்சுத் தண்டனை வாங்கிக் கொடுக்கத் தீர்மானிச்சிருக்கேன். பேர மட்டும் சொல்லுங்க. பப்ளிஸிட்டி இல்லாம நான் பாத்துக்கறேன்!'

'ஸாரி நித்யா, சொல்ல முடியாது!'

'அப்ப டாக்டர்! நீங்களும் அந்த சமூகத்தோட அம்சமாயிட்டிங்க!'

'த பாரு நித்யா, உனக்கு லா தெரியாது. போலீஸ்கிட்ட புகார் சொன்னா பர்டன் ஆஃப் ப்ரூஃப் பெண்கிட்ட இருக்கிற வரைக்கும், அவ கோர்ட்ல சாட்சி சொல்ல வேண்டியிருக்கிற வரைக்கும், புத்திசாலி லாயர்ஸ் இருக்கிற வரைக்கும் இந்த மாதிரி சம்பவங்கள் நடந்துகிட்டேதான் இருக்கும்.

'எந்த இந்தியப் பெண் பப்ளிக்கா என்னை இந்த மாதிரி செஞ்சாங்கன்னு காயங்களுக்கெல்லாம் லிஸ்டு கொடுக்கும் சொல்லு? பதினாறு வயசுப் பொண்ணுக்குக் கிடைச்ச அதிர்ச்சி போதாதுன்னு கோர்ட்டில வேற சீரழிஞ்சா தற்கொலை பண்ணிக்கிடும்! நோ நித்யா, நான் சொல்லமாட்டேன்.'

நித்யா சற்று நேரம் யோசித்துக்கொண்டிருந்தவள் திடீரென்று, 'சரி, வரேன்' என்று புறப்பட்டாள். கிளினிக்கை விட்டு வெளியே வரும்போது காத்திருந்த மற்றொரு பெண் 'என்ன தெரிஞ்சுதா?' என்றாள்.

'சொல்லமாட்டாளாம். நம்மால கண்டுபிடிக்க முடியாதுன்னு நினைச்சுக்கிட்டு இருக்கா, பாத்துரலாம்!' என்றாள். 'பக்கத்தில எதாவது போன் இருக்கற ஓட்டலாப் பாரு...'

வால்ட் டிஸ்னியின் படம் ஓடிக்கொண்டிருந்தது. சூர்யா வைத்த கண் வாங்காமல் பார்த்துக்கொண்டிருக்க, விஜி இந்தப் பக்கம் வீற்றிருந்த சித்ராவை அடிக்கடி கவனித்துக்கொண்டிருந்தான். திரையில் ஒரு சிறுத்தை மானைத் துரத்தி அடித்து அதை ஓடவிட்டு வீழ்த்திக் கிழித்துக் குதற, முதல் ரத்தம் பீரிடும்போது, விஜி சற்றுக் கவலையுடன் பக்கத்தில் பார்க்க, சித்ராவைக் காணோம்.

விஜி திடுக்கிட்டு அரங்கத்தைவிட்டு வெளியே வந்து தியேட்டரின் முன்பகுதியெல்லாம் தேட பெண்கள் பாத்ரூமின் முன்னால் ஒரு மூலையில் தரையில் உட்கார்ந்துகொண்டு சித்ரா அழுது கொண்டிருந்தாள்.

'சித்ரா! சித்ரா! என்ன ஆச்சு?'

'அந்த மானுக்கு உடம்பெல்லாம் ரத்தம்! எனக்கு என்னவோ ஞாபகம் வந்துது... விஜி சார், எப்ப பார்த்தாலும் ஞாபகம் வரது. ராத்திரி படுத்துக்கவே பயமா இருக்கு. உடம்பெல்லாம் கம்பளிப்பூச்சி மாதிரி அருவருப்பா இருக்கு. பயமா இருக்கு. திடீர்னு தூக்கித் தூக்கிப் போடறது...'

'எல்லாம் சரியாப் போயிரும் சித்ரா!'

'சரியாகப் போகாது... விஜி சார்... அவங்களை ஒருத்தரும் ஒண்ணும் தண்டிக்க முடியாதா?'

'முடியும் சித்ரா. அதுக்கு ரொம்ப பாடுபடணும். போலீஸ்ல, கோர்ட்ல அடையாளம் காட்டணும். நடந்ததை எல்லார் மத்தியிலும் சொல்லணும். இதெல்லாம் உன்னால முடியுமா, சொல்லு?'

'எனக்குச் சொல்லத் தெரியலையே. அவனைப் பளீர்னு கன்னத்திலயாவது ஒரு அறை அறையறேன்!'

'இத பாரு... உனக்கு நல்ல பையனா பார்த்துக் கல்யாணம் பண்ணி வெக்கணும். அவனோட நீ சுகமா இருக்கணும். இது மாதிரி உன் வாழ்க்கைல ஒரு குறிக்கோள் இருக்கிறதால...'

'எனக்கு ஒண்ணும் வேண்டாம்.' அப்போது சூர்யா வெளியே அவர்களைத் தேடிக்கொண்டு வந்து, 'என்ன ஆச்சு பாதில வந்துட்டிங்க?' என்றாள்.

'மான் என்ன ஆச்சு?' என்றாள் சித்ரா.

'செத்துப் போச்சு!'

11

'பெண் - துடிப்புள்ள பத்திரிகை' என்கிற போர்டின்கீழ் ஆசிரியர் நடேசன் உட்கார்ந் திருந்தார். பார்த்தால் துடிப்புள்ளவராகத் தோன்றவில்லை. முதலாளியின் மூன்று பத்திரிகைகளில் ஒன்றைக் கவனித்துக்கொள் கிறார். கமர்ஷியல் டிப்பார்ட்மெண்டிலிருந்து 'பெண்ணை மூடிவிடலாம்' என்று யோசனை வந்தபோது, இருக்கிற காம்பெடிஷனில் என்ன செய்வது என்று தெரியாமல், 'முழு உண்மைக் கதைகள்' என 'ஸோஷியாலஜி ஆஃப் ப்ராஸ்டிடியூஷன் இன் இண்டியா' என்கிற புஸ்தகத்திலிருந்து தாராளமாக வரண்டி, போட்டோ எல்லாம் போட்டு, ஒரு சீரியல் தொடங்கினார். 'பெண்'ணின் சர்க்கு லேஷன் கொஞ்சம் அதிகமாகி மேனேஜ் மெண்டின் கோடாரியிலிருந்து இந்த வருஷம் தப்பியது. 'இன்னும் ஒரு வருசம் பார்க்கலாம் நட்டு' என்று சேட்டு விட்டு வைத்திருக்கிறார். நித்ய கண்டம் பூர்ணாயிசாக இந்தத் தீபாவளி யில் காலடி எடுத்து வைத்தபோது, நித்யா இதோ எதிரே உட்கார்ந்திருக்கிறாள்.

'என்னம்மா நித்யா? எதாவது உனக்கு அப்ஜக்ஷனான சமாசாரம் வந்தித்தா இஷ்யூவில? வேணாம்னா மறுப்பு குடுத்துரு.

போட்டுர்றம். பெண் எல்லாருக்கும் இடம் கொடுக்கத்தானே இருக்கா!'

'மாமா, உங்க பத்திரிகை பெண்கள் பத்திரிகையா?'

'ஐயோ... அப்படி யார் சொன்னா... குடும்பப் பத்திரிகை! குடும்பத்தில் பலதும் இருக்கும்...'

'நீங்க அதை விடுங்க! எனக்கு ஒரு பெண்ணை ட்ரேஸ் பண்ண ணும்...'

'அவ்ளவ்தானே, செஞ்சுட்டாப் போறது. யாரு பொண்ணு?'

'சொல்றேன். விஷயம் ப்ரைவேட்டா இருக்கணும்...'

'அதுக்கென்ன...'

நித்யா சுருக்கமாகச் சொன்னாள். 'பத்திரிகைல போடறதுக்கில்லை. நான் எப்ப போடச் சொல்றேனோ அப்பதான் போடணும்.'

'பேஷா...' என்று மேஜையிலிருந்த மணியை அட்ஜஸ்ட் பண்ணி விட்டுத் தட்டினார். வந்த ப்யூனிடம், 'முத்துசாமியைக் கூப்பிடுய்யா...

நித்யா, எனக்கு ஒரே ஒரு போட்டோ செஷன் கொடுத்து ஒரு இண்டர்வ்யூ பண்ணிடு போதும்.'

'என் போட்டோவெல்லாம் உங்க பத்திரிகைக்குத் தோதுப்படாது மாமா.'

'என்ன அப்டிச் சொல்லிட்டே? நீதானே இப்ப நியூஸ்! மாநாட்டில் பொழிஞ்சு தள்ளியிருக்கே!'

உள்ளே வந்து முத்துசாமிக்கு முப்பது வயசு இருக்கும். கலைந்த தலையும் பட்டைக் கண்ணாடியும் கதர் ஜிப்பாவுமாக அலட்சிய மான, ஆணவமான பத்திரிகைக்காரன். 'முத்துசாமி, இது யார் தெரியுமில்லை?'

நித்யாவைப் பார்த்துப் புன்னகைத்து, 'ஹாய்! என்ன சார்... அப்டிக் கேட்டுட்டேள்.'

'ஒரு கர்ள் ரேப் ஆயிருக்கு. டாக்டர் சொல்லமாட்டேங்க றாளாம்... யார்னு தெரியணுமாம்.'

‘மாமா, ரேப் இல்லை! போட்டோ எடுத்திருக்கான். அவ்ளவ்தான்!’

‘சரி, ஏதோ ஒண்ணு... போட்டோ கிடைக்குமா?’

‘மாமா! இதான வேண்டாங்கறது... சார் உங்க பேரு?’

‘எம் பேர் முத்துசாமி, சார் எல்லாம் வேண்டாம்.’

‘மிஸ்டர் முத்துசாமி, நான் இந்த கேஸை சீரியஸா எடுத்துண்டு ஃபைட் பண்ணப்போறேன்...’

‘நான் என்ன சொல்றேன்னா முத்து, அதையே ஒரு ஃபீச்சரா பண்ணிறலாமேங்கறேன்...’

‘முதல்ல அந்தப் பெண்ணு யாருண்ணு கண்டுபிடிக்கணும் மாமா!’

‘கண்டுபிடிச்சாச்சுன்னு வெச்சுக்க. முத்துகிட்ட சொல்லிட்டா போறும். முத்து தி மோல்னு பேரு. குடைஞ்சு எடுத்துருவான்... என்ன முத்து?’

முத்துசாமி நித்யாவையே கண் கொட்டாமல் பார்த்துக் கொண்டிருந்தான். ‘என்ன நடந்தது?’ என்றான்.

‘பத்து பதினஞ்சு நாளைக்கு முன்னால ஒரு கர்ள்ஸ் ஸ்கூல்ல பிக்னிக் போயிருக்காங்க. அதில் ஒரு பெண்ணை ரெண்டு பாய்ஸ் ஏமாத்தி அழைச்சுட்டுப் போய் போட்டோ எடுத்திருக்காங்க.’

‘அதில என்ன தப்பு?’

‘உடுப்பையெல்லாம் தாறுமாறாக் கிழிச்சு...’

‘தப்புதான்...’

‘இருங்க. பத்துப் பதினஞ்சு நாளைக்கு முன்னாடி எந்த எந்த கர்ள்ஸ் ஸ்கூல்ல பிக்னிக் போனாங்கன்னு முதல்ல விசாரிச்சுரு வம். அப்றம் உங்களுக்கு எப்படி விவரம் தெரிய வந்தது?’

‘டாக்டர் சாரதம்மான்னு கைனகாலஜிஸ்ட்டைப் பார்க்க வந்திருக்கா. அவங்க பொதுவாச் சொன்னாங்க.’

‘சரி, அவங்ககிட்டயே கேட்டுட்டாப் போவுது.’

‘சொல்லவே மாட்டாங்க...’

'அவங்கன்னா அவங்களையே கேக்கக் கூடாது, ச்ச்... அங்கதான் மிஸ்டேக் பண்றிங்க...'

'யாரைக் கேக்கணும்?'

'வார்டு பாய் இல்லையா... எல்லாருக்கும் சில்லறைத் தட்டுப் பாடு உண்டு. நர்ஸு, சர்வண்ட், கிளார்க்கு எத்தனை பேரு இருக்காங்க?'

நித்யா அவனை வெறித்துப் பார்த்து, 'சரியான ஆள்தான் மாமா இவர்' என்றாள்.

'அதான் சொன்னேனே. கிசுகிசு எழுதறான் பாரு. மொட்டைங்கற பெயரில...'

'இது மாமா, எழுதறதுக்கில்லை, சொல்லிட்டேன்...'

'கவலைப்படாதம்மா... எழுதமாட்டோம், சொல்ல மாட்டோம். உங்கப்பா எப்படி இருக்கார்? உன் கல்யாணம் என்ன ஆச்சு?'

'நான் கல்யாணம் பண்ணிக்கப் போறதில்லை' என்றாள் நித்யா.

'கல்யாணம் இல்லாம என்னது இது! குழந்தை பெத்துக்கறது எப்படி? வம்சம் என்ன ஆறது?'

'பாழாப் போகட்டும். வரேன் மிஸ்டர் முத்துசாமி, என்னை இந்த நம்பர்ல காண்டாக்ட் பண்ணுங்க.'

கிளம்புமுன் நித்யா அந்த மேஜை மேலிருந்து ஒரு வண்ணப் படத்தை எடுத்துப் பார்த்தாள்.

'என்ன பாக்கறே... புதுசா செல்லம்மானு வந்திருக்கு... அனுராதா சிலுக்கெல்லாம் தூக்கிச் சாப்பிடும்படி...'

'இந்தப் படத்தைப் போடப் போறீங்களா?'

'ஆமா... இதுக்குன்னே சிவகாசிக்குப் போய்ட்டு வரது கவர்...'

நித்யா அந்தப் படத்தைச் சற்றும் எதிர்பாராத விதமாகக் கிழித்துப் போட்டுவிட்டு, 'பத்திரிகைக்காரங்களை முதல்ல ஒதைக்கணும் மாமா' என்று சென்றாள்.

இருவரும் அவள் சென்ற திசையையே பார்த்துக் கொண்டிருக்க முத்துசாமி, 'வேற காப்பி இருக்கு' என்றான்.

'எல்லாம் கொஞ்சம் இள ரத்தம். நம்ம கர்னல் மூர்த்தி இல்லை? அவரோட மூணாவது டாட்டர். க்ளோஸ் ஃபேமிலி ஃப்ரண்டு.'

'ராங்கிக்கார பொண்ணுபோல இருக்கே...'

'மூர்த்தி என்ன பண்ணான்... டாட்டரை ஸன் போல வளர்த்துட்டான்... சரியாப் போயிடும்.'

'சார்... இந்தப் பெண்ணு ஒழுங்கா பாடுது. நல்ல வாய்ஸ். இந்த உமன்ஸ் லிப் எல்லாம் இல்லாம இருந்தா உருப்படும். முன்னுக்கு வரும்.'

'கண்டுபிடிச்சுருவியா முத்து?'

'ஓ யெஸ்! இது ரொம்பப் பொடி விஷயம். கண்டுபிடிச்சு நம்ம பத்திரிகைல ஒரு சப்ளிமெண்டே போட்டுர வேண்டியதுதான். என்ன சொல்றேள்? ஸ்கூப்புன்னா இது ஸ்கூப்பு.'

'என்னடா சொல்றே நீ?'

'நடேசன் சார். ஒரு பொண்ணு. அதுவும் ஸ்கூல் பொண்ணு கற்பழிக்கப்பட்டிருக்கா... இதைவிட முக்கியமான செய்தி என்ன இருக்கப்போறது நம்ம வாசகர்களுக்கு? போட்டோ வோட ஜாம் ஜாமுனு போட்டுற வேண்டியது தானே?'

நடேசன் சற்றுப் பயந்து, 'பாவி! வேண்டாண்டா... முதல்ல இது ரேப் இல்லை. அப்புறம் அந்தப் பொண்ணுகிட்ட சத்தியம் பண்ணிக் கொடுத்திருக்கேண்டா.'

'என்னன்னு?'

'இந்த மாதிரி இதைப் பிரபலப்படுத்தறதில்லைன்னு.'

முத்து அவர் மேஜை விளிம்பில் உட்கார்ந்து, அவர் தோளைத் தட்டி, 'சார், இந்த மாதிரி சத்தியம் எல்லாம் இதுவரைக்கும் எத்தனை காத்தில பறக்கவிட்டிருக்கோம். ஸ்கூப்பை முதல்ல அடையாளம் கண்டுகொள்ளக் கத்துக்கங்க! மத்த பத்திரிகைல வராதது; சென்ஸேஷன் உள்ளது! ரெண்டுக்குமே பொருந்துது. அருண் ஷோரி என்ன பண்றார், இதான் செய்துண்டிருக்கார். அக்கப்போர் கிடைச்சா பூந்து குடாஞ்சுருவார். இன்வெஸ்டிகேட்டிவ் ஜர்னலிஸம்னா இதானே! ஒரு நூறு ரூபா வவுச்சர் போட்டுக் கொடுங்க, செலவினங்கள் ஜாஸ்தி இருக்கு' என்றான்.

முத்துசாமி உற்சாகத்துடன் 'பெண்' அலுவலகத்திலிருந்து கிளிம்பிய அதே நேரம், விஜியும் சித்ராவும் மவுண்ட் ரோட்டில் ஒரு புத்தகக் கடையில் இருந்தார்கள். விஜி அவளை வலுக்கட் டாயமாக இழுத்து வந்திருந்தான்.

பொம்மை புத்தகங்களில்கூட அவள் கவனம் இல்லை. ஏதோ ஒரு பொம்மையில்லாத புத்தகத்தைப் பிரித்து வைத்துக்கொண்டு வெற்றுப்பார்வை பார்த்துக்கொண்டிருந்ததை விஜி கவனித்தான். அப்போது வினோத்தின் காரின் ஹாரன் கேட்டது. சித்ரா திடுக்கிட்டு கண்ணாடிக்கு வெளியே பார்க்க, வினோத் காரில் ஏறிக்கொண்டு ஓட்டிச் செல்லத் தயாராவதைப் பார்த்தாள். அதே கார். அதே ரத்த நிற ஃபாரின் கார்!

'விஜி சார்! அந்த கார்' என்றாள்.

'எதும்மா?'

'அதே போறதே! அதேதான்! அந்த ஹார்னை மறக்க மாட்டேன்.'

விஜி உடனே சகலமும் உயிர்பெற்று வெளியே ஓடி வந்தான். அப்போதுதான் மெலிதாகப் புகைவிட்டுக் கொண்டு அதிகம் சீறாமல் புறப்பட்டுச் சென்ற அந்தக் காரின் நம்பரை அவனால் முழுவதும் பார்த்துக்கொள்ள முடிந்தது. உடனே தன் பைக்குள் இருந்த டைரியை எடுத்து அதைக் குறித்து வைத்துக் கொண்டான். சித்ரா வெளியே வந்தாள். 'அதே கார்தான்... அவன்தான்' என்றாள்.

'சரி சித்ரா, நம்பர் நோட் பண்ணிண்டுட்டேன்.'

'அவனைப் புடிச்சு போலீஸ்காரன்கிட்ட கொடுத்து நன்னா அடி வாங்கிக் கொடுத்துடுங்கோ!'

'செய்யலாம்! நிச்சயம் செய்யலாம். பேஷன்ஸ்! பொறுமை... பொறுமை வேணும். அவசரப்பட்டு வெளிய ஏதும் தெரியக் கூடாது! கமுக்கமாச் செய்யவேண்டிய காரியம். என்ன சித்ரா, யார்கிட்டயாவது சொன்னியா?'

'இல்லை, யார்ட்டயும் சொல்லலை. அம்மாகூட இப்ப அதிகம் கேக்கறதில்லை!'

'எல்லாம் சரியாப் போய்டும். எல்லாம் ஆறிடும். கவலைப்படாத கண்ணே!' என்று அவள் கையைப் பிடித்து மெலிதாக, மிக மெலிதாக அழுத்தி அழைத்துக்கொண்டு போனான்.

சித்ராவின் பள்ளியின் வாசலில் முத்துசாமி, டிரைவர் முனுசாமி யுடன் பேசிக்கொண்டிருந்தான்.

'எதுக்கு கேக்கறிங்க?'

முத்து, 'நாங்க ஒரு ட்ராவல் ஏஜென்ஸி நடத்துறோம். இந்த மாதிரி ஸ்கூலுங்கள்ல காண்ட்ராக்ட் எடுத்து பிள்ளைகளை பிக்னிக் அழைச்சுட்டுப் போவோம்.'

'நம்ம ஸ்கூல்லயே பஸ்ஸு இருக்குதே. இப்பதானே போய் வந்தோம்.'

'எங்க போயிருந்திங்க?'

'ஓகேனக்கல்.'

'எத்தனை பேரு?'

'த பாருங்க. பானு டீச்சர்னு இருக்காங்க, அவங்களைக் கேட்டா வெவரம் எல்லாம் தெரியவரும்' என்றான்.

'இதோ, அவங்களே வராங்க.'

முத்து, டீச்சரைப் பார்த்து பிரகாசமாக, 'குட்மார்னிங்க' என்றான்.

'என்ன முனுசாமி, யார் இவரு?'

'யாரோ பிக்னிக்கு ஏற்பாடு செய்யறவங்களாம். என்ன ஏஜெண்டு சொன்னிங்க?'

முத்து, டீச்சர் கையில் இருந்த நாவலைப் பார்த்தான். 'உங்களுக்கு சாண்டில்யன் பிடிக்குமா?'

பானு அவனை எப்படி மதிப்பிடலாம் என்று யோசித்தாள்.

'எம் பேரு ரங்காச்சாரி, சாண்டில்யன் கஸின்.'

டீச்சர் உடனே உற்சாகமாகி, 'ஐயோ! அப்படின்னா அவரைச் சந்திக்க முடியுமா?'

'ஏன் இல்லாம, நம்ம பாஷ்யம் சார்!'

'எப்ப?'

சற்று நேரத்தில் முத்துவும் டீச்சரும் மைதானத்தில் நடந்து செல்லுகையில், 'ரொம்ப பத்திரமா அழைச்சுட்டு போவோம்ங்க. அடுத்த முறை சான்ஸ் வந்தா உங்க பிரின்ஸிபல்கிட்ட சொல்லி...'

'பார்க்கலாம். நான் சொல்றதை பிரின்ஸிபல் கேக்க மாட்டாங்க. இந்த ஸ்கூல்ல எல்லாம் தலைகீழ்.'

'நாங்க ரொம்ப பத்திரமா கொண்டுவந்து விட்டுருவோம். உங்களுக்கு ஒரு கவலையும் கிடையாது.'

'நாங்ககூட அப்படித்தான் ஓகேனக்கல் போனமே. எல்லா நான்தான் பொறுப்பும் எடுத்துண்டு...'

'அப்படியா? டிரைவர் சொன்னான்... யாரோ ரெண்டு பாய்ஸ் வந்தாங்களாம். அவங்க பின்னால ஒரு பெண்ணை அனுப்பிச் சுட்டிங்களாம்!'

'அ, சொல்லுவான். பொறுப்போடதான் அனுப்பிச்சோம். நீங்க வேணா சித்ராவைக் கேட்டுப் பாருங்க. சித்ராவோட அப்பாவுக்கு உடம்பு சரியில்லைன்னு செய்தி வந்ததும்தான், அந்தப் பையங்கூட அவங்க அப்பாவும் இருந்ததாலே அனுப்பிச்சோம். அப்படியெல்லாம் பொறுப்பில்லாம செய்ய மாட்டோம்!'

'சித்ரா!' என்றான் முத்து.

'அப்ப சாண்டில்யன் சாரை எப்பப் பார்க்கலாம்?'

'நானே அவரை அழைச்சுட்டு வரேங்க. கவலைப்படாதிங்க. சித்ரா எந்த கிளாஸ் சொன்னிங்க?'

முத்துவுக்கு சித்ராவின் பெயரும் விலாசமும் கிடைத்தது.

விஜிக்கு, ஆர்.டி.ஓ. ஆபீஸில் தெரிந்தவர் மூலம், அந்த கார் நம்பருக்கு உரிய விலாசம் கிடைத்தது.

'என்னது பேர், மறுபடி சொல்லு... மிஸ்டர் ராம்கோபால், ஏஸ் இண்டஸ்ட்ரீஸ் அண்ட் கன்ஸ்ல்டண்ட்ஸ்... ரொம்ப தாங்க்ஸ்ப்பா.'

12

'ஐ ஷல் பி டிலைட்டட் டு மீட் யூ அட் தி ஏர்போர்ட்... யுவர்ஸ் எட்ஸெட்ரா...' என்று ப்ரீத்தியைப் பார்த்தார் ராம்கோபால். ப்ரீத்தியின் மெல்லிய ஷிபான் ஊடே அவள் மார்பு தெரிவதை அவர் பொருட்படுத்தவில்லை. ப்ரீத்தியின் வாசனை, பென்சில், விரல், நுனிச்சாயம், ஆங்கில உச்சரிப்பு இவற்றுடன் இதுவும் ஒன்று. 'ப்ரீத்தி, கல்யாண மண்டபத்துக்கு அட்வான்ஸ் கொடுத்தாச்சா?'

'ஆச்சு சார்... ஐம் வெரி ஹாப்பி!'

'ஐம் நாட்.'

ப்ரீத்தி அவரை ஆச்சரியத்துடன் நிமிர்ந்து பார்த்து, 'ஏன் சார்? வினோத்துக்கு தர்மலிங்கம் ஃபேமிலில கல்யாணம் நிச்சயம் பண்ணிட்டீங்க. நான் ரஞ்சனியைப் பார்த்திருக்கேன். ரொம்ப சார்மிங் கர்ள். வினோத் இஸ் லக்கி.'

ராம்கோபால் பைப்பைத் தயாரித்துக்கொண்டே, 'எனக்கு ஒண்ணுமே புரியலை ப்ரீத்தி! வினோத் அவளைக் கல்யாணம் பண்ண ஒத்துக்கிட்டதே எனக்கு நம்பிக்கையாயில்லை. பெண்ணைப் பார்க்கலை, பேசலை. அவ அம்மாதான் சொல்றா. ஒப்புத்துக்கிட்டான்னு.')

‘போன் பண்ணிக் கேட்டிங்களே வினோதுக்கு.’

‘கேட்டேன். சரின்னுதான் சொல்றான். எனக்கே ஆச்சரியமாகத் தான் இருக்குது. ஒரு எதிர்ப்பும் தெரிவிக்காம சரின்னு சொல்றதே எனக்குப் புளியைக் கரைக்குது.’

‘கமான்! ஹி இஸ் நாட் ஸச் எ பேட் பாய்.’

‘உங்கிட்ட மிஸ்பிஹேவ் பண்ணானா?’ என்று அவளருகில் வந்து அவள் கையைப் பற்றினார்.

ப்ரீத்தி அதைச் சற்றேனும் எதிர்க்காமல், ‘இட்ஸ் ஆல் இன் தி கேம்’ என்றாள்.

‘உன் கல்யாணம் எப்போ?’ என்றார் அவளை எங்கெங்கோ தடவிக்கொண்டு.

‘அடுத்த வருஷம்தான் சார்.’

‘ஸூதீர் ரைட்ஸ் டு யூ? உள்ள போயிரலாமா?’

கதவு தட்டப்படும் சப்தம் கேட்க, ‘யாரு, யாரு... யாராயிருந் தாலும் நான் இல்லைன்னு சொல்லு.’

ப்ரீத்தி தன் உடைகளைச் சரி செய்துகொண்டு அறையின் வெளிப்புறம் செல்ல, அங்கே விஜி நின்றுகொண்டிருந்தான். நெற்றியைச் சுருக்கிக்கொண்டு, ‘யெஸ்?’ என்றாள்.

‘மிஸ்டர் ராம்கோபாலைப் பார்க்கணும்.’

‘அப்பாயிண்ட்மெண்ட் இருக்கா?’

‘இல்லை. அவரை எனக்குத் தெரியாது.’

‘ஸாரி! அப்பாயிண்ட்மெண்ட் இல்லாம அவரைப் பார்க்க முடியாது.’

‘ஸாரி... அவரைப் பார்க்காம நான் போறதா இல்லை!’ என்று ராம்கோபாலின் அறைக்கதவைச் சற்றும் எதிர்பாராத முறையில் திறந்துகொண்டு விஜி உள்ளே செல்வதைப் பார்த்த ப்ரீத்தி பதற்றத்துடன், ‘யூ காண்ட் டு தட்! நான் செக்யூரிட்டியைக் கூப்பிடுவேன்... ரிஸப்ஷன்ல எப்டி உள்ள விட்டாங்க?’ என்று இண்டர்காமின் பல பட்டன்களைத் தட்டி ‘கோவிந்தராஜை

வரச்சொல்லு' என்றாள். அவனைத் தடுக்க முயற்சித்தாள். விஜி பொருட்படுத்தாமல் உள்ளே நுழைய அவனுடன் கூடச் சென்று, 'வெய்ட்! யூ காண்ட் பார்ஜ் இன் லைக் தட்' என்றவளை, 'உன் இங்கிலீஷெல்லாம் அப்றம் வெச்சுக்க' என்று விஜி அறைக்குள் முழுவதும் நுழைந்துவிட்டான்.

'சார், இந்த ஆளு சொல்லச் சொல்லக் கேக்காம...'

ராம்கோபால் மேஜையிலிருந்து நிமிர்ந்து, 'யாரப்பா நீ?' என்றார் நிதானமாக.

'எம் பேர் விஜயகுமார்.'

'நீ என்ன குமாரா இருந்தாலும் அப்பாயிண்ட்மெண்ட் இல்லாம...'

'உங்க மகனைப்பத்திப் பேச வந்திருக்கேன்.'

ராம்கோபால் பாதியில் நிறுத்தி, 'ப்ரீத்தி, எங்களைத் தனியே விடு' என்றார்.

ஊ ஆ ஊ ஆ என்று சில பெண்கள் கராத்தே உடையில் கையைக் காலை வீசிக்கொண்டிருக்க, ஓரத்தில் முத்துசாமி ஆர்வத்துடன் பயிற்சிகளைக் கவனித்துக்கொண்டிருந்தான். நடுவே நித்யா தெரிந்தாள். மற்றவர்களை விட உயரம். மற்றவர்களைவிட, அது என்னவென்று சொல்வது... எதோ ஒரு வகையில் பிரத்தியேக மானவள் என்பதை ஏதோ ஒரு விதத்தில் நடை, உடை, பாவனை எல்லாமே காட்டிக்கொடுத்தது. முத்துசாமியை அடையாளம் கண்டுகொண்டு அவனை நோக்கி வந்தாள். அருகில் வந்ததும் முத்து, 'நீங்க அங்க பண்றது எனக்கு வலிக்கிறது. தற்காப்பா... பேஷ்! என்றான்.

'உங்கமாதிரி ஆண்களுக்காகத்தான்.'

'சேச்சே! நான் ஒரு ஃபெமினிஸ்ட். பொம்பளைங்க கஷ்டம் தெரிஞ்சவன். வரதட்சணை இல்லாம கல்யாணம் பண்ணிக்க அபலை ஆஸ்ரமமா சுத்திக்கிட்டு இருக்கேன். பை தி வே, நீங்க பாடின பாட்டு பத்திரிகைல வந்திருந்ததே, பாத்திங்களா?'

'பாத்தேன். தப்புத்தப்பா அச்சாகியிருந்தது.'

'என்ன தப்பு?'

'தாயே, இவர்கள் குலம் அமைய'ங்கறதுக்குப் பதில் மூலம் அமைய'ன்னு பிரிண்ட் ஆயிருந்தது.'

'கவிதை யாருக்குப் புரியுதுங்க!'

'புரியரமாதிரி எழுதினாத்தான் கவிதை... இப்ப பாருங்க... 'என்னை அழித்தாலும் என் எழுத்தை அழிக்க இயலாது'ங்கறது உங்களுக்குப் புரியலையா?'

'ஆத்மாநாம்' என்றான் முத்து.

நித்யா அவனைச் சற்று ஆச்சரியத்துடன் பார்த்து, 'படிப்பிங்களா?' என்றாள்.

'அந்த ஆள் அல்பாயுசில இறந்துபோயிட்டதால, அவர் கவிதை யெல்லாம் படிச்சு ஒரு ஆர்ட்டிக்கிள் எழுதுன்னு எடிட்டர் சொன்னார். திடீர்னு ஆத்மாநாமுக்கு மவுசு!'

'டிஜெனரேட்!' என்றாள் நித்யா. 'அந்த அட்ரஸ் கிடைச்சுதா சொல்லுங்க.'

'கிடைச்சுருச்சு.'

'எப்படிக் கிடைச்சது?'

'அதெல்லாம் கேக்காதிங்க. ஒரே ஒரு கண்டிஷன்... நீங்க போறப்ப என்னையும் கூட்டிட்டுப் போகணும். எடிட்டர் உங்களைப்பத்தி ஃபீச்சர் எழுதச் சொல்லியிருக்கார்.'

'எங்கூட வந்து என்ன பண்ணப் போறீங்க?'

'சும்மா வேடிக்கை பாத்துக்கிட்டு இருப்பேன். அவ்வளவுதான்.'

'என்னுடைய அனுமதி இல்லாம பத்திரிகையில எதையும் போட மாட்டிங்களே...'

'சேச்சே!'

'சரி. பேர் என்ன சொன்னீங்க?'

'சித்ரா' என்றான் விஜி. ராம்கோபாலின் அறையில் அவர் எதிரே உட்கார்ந்திருக்க ராம்கோபால் சுழல் சுழலாகக் காகிதம் முழுவதும் சித்திரம் வரைந்திருந்தார்.

'காரை எடுத்துக்கிட்டு வந்து, அப்பாவுக்கு உடம்பு சரியில்லைன்னு சொல்லி ஏமாத்தி, ஒரு தனி இடத்துக்குக் கூட்டிப் போயி, உடையெல்லாம் கிழிச்சு போட்டோ எடுத்து... மிஸ்டர் ராம்கோபால், இதையெல்லாம் உங்க மகன்தான் செஞ்சான்னு ப்ரூஃப் இருக்குதான்னு கேட்டிங்கன்னா...'

ராம்கோபால் குறுக்கிட்டு, 'ப்ரூஃப் ஏதும் வேண்டாம். என் மகன் செய்யக்கூடியவன்தான். அவனை எனக்குத் தெரியும்.'

விஜி பிரமித்துப்போய் வாயடைத்துப் பேசாமல் இருக்க, ராம்கோபால் சற்று நேர மௌனம், யோசனைக்குப் பின் தொடர்ந்தார். 'ஆல்ரைட்! எம் மகன் உங்களுக்குத் தெரிஞ்ச பொண்ணைக் கலைச்சு போட்டோ எடுத்துட்டான். சரி... அடுத்து என்ன?'

'வாட் டு யூ மீன்?' என்றான் விஜி பிரமித்து.

'சரிப்பா... நடந்தது நடந்துருச்சு. என்ன வேணும் உனக்கு?'

'என்ன சார் சொல்றீங்க?'

'நான் சொல்றது புரியலியா? இங்கு எதுக்கு வந்தப்பா? எதுக்கு எங்கிட்ட விஸ்தாரமா இந்தக் கண்றாவியையெல்லாம் சொல்ற? என்ன குறிக்கோள் உனக்கு?'

'எனக்கு... எனக்கு நியாயம் வேணும்' என்றான் விஜி.

'எந்த ரூபத்தில் நியாயம் வேணும்?'

'புரியலை.'

'எம் பையனை இதைச் செஞ்சதுக்காக செருப்பால அடிக்கணுமா? இல்லை, அந்தப் பொண்ணு இந்த மாதிரித் துன்பப் பட்டதுக்காகப் பணம் வேணுமா? எத்தனை வேணும்? சொல்லு...' ராமகோபால் தன் மேஜை டிராயரிலிருந்து செக் புத்தகத்தை எடுத்தார்.

விஜி பேச்சற்றுப்போய் அவரையே வெறித்துப் பார்க்க, ராம் கோபால் அவனை நோக்கி, 'மிஸ்டர் விஜயகுமார்! நீ எதுக்காக வந்திருக்கேன்னு எனக்குத் தெரியணும். எம் பையன் செஞ்சது தப்புத்தான். அதுக்காக அவனை...'

'சமூகம் தண்டிக்கணும் சார்.'

'சமூகம்னா... போலீஸா? இல்லை. பாகிஸ்தான் மாதிரி பப்ளிக் ப்ளேஸில் சவுக்கால அடிக்கணுமா?'

'நீங்க இதை இவ்வளவு லைட்டா பேசறது எனக்கு ஆச்சரியமா இருக்குது சார்.'

'இல்லை, இதை நடைமுறையில் ப்ராக்டிக்கலா பாரு. நான் என்ன பண்ணணும் சொல்லு. செய்யறேன்! நடந்ததுக்கு வருத்தப்படறேன். அதுக்காகப் பணமா, பட்டுச் சொக்காயா, நகையா என்ன வேணும் சொல்லு. பொண்ணு நல்லா இருக்காளா? வாஸ் ஷீ ரேப்ட்? போட்டோதானே எடுத்தான். வேற ஒண்ணும் இல்லையே?'

விஜியின் முகம் சிவக்கத் தொடங்கியது. 'ஒருவேளை நான் போலீஸ் கம்ப்ளெயிண்ட் கொடுக்கறேன்னு வெச்சுக்கங்க!'

'தாராளமா கொடுப்பா! கொடு! விஷயம் ரொம்ப சீப்பா முடிஞ் சுரும்... உனக்குப் பணம் கொடுக்கறதுக்குப் பதிலா வக்கீலுக்குக் கொடுக்கறேன், போலீஸுக்குக் கொடுக்கறேன்.' என்று செக் புத்தகத்தை மூடினார்.

விஜி சற்று நேரம் அவரை முறைத்துப் பார்த்தான். 'யோவ்! உனக்கு அறிவு இருக்காய்யா? கொஞ்சமாவது மனிதத் தன்மை இருக்கா? உம் மகன் இப்படிச் செய்துட்டான்னு வண்டை வண்டையா சொல்றேன், ஏதோ சைக்கிள் ஆக்ஸிடண்ட் நடந்த மாதிரி பேசறியே... கொஞ்சமாவது வெக்கம், வருத்தம், கருணை எதாவது உனக்கு இருக்கா?'

ராம்கோபால் சற்று நேரம் தன் பைப்பைக் கவனித்துவிட்டு, 'மிஸ்டர் விஜயகுமார்! நான் மனசுக்குள்ள ரொம்ப வருத்தப்பட றேன். அவனை மகனாகப் பெற்றதுக்கு, அவனை வளர்த்த விதத் தில் பண்ணின தப்புங்களுக்கு, பாவங்களுக்கு... உண்மையைச் சொல்லப்போனா என் மகனை எனக்குத் தெரியவே இல்லை. புரியவே இல்லை. ஆனா, ஒரே மகன். எனக்கப்புறம் இந்த பிசினஸ்ஸை அவன்தான் எடுத்து நடத்தணும். அடுத்த வாரிசு. என் மகன் ஒரு அறியாத பெண்ணை இப்படியெல்லாம் செஞ்சான்னு கேக்கறப்ப ரத்தம் கொதிக்குது ஆனா, சமூகத்தில் தகப்பன்ற ரோல் இருக்கு. அதை நான் செய்தாகணும். கோர்ட்டுக்கு இழுத்தா நிச்சயம் சவாலை ஏத்துக்கிட்டுத்தான் ஆகணும். அவன் எனக்கு மகன் மட்டும் இல்லை. பார்ட்னர்.

மேஜர் ஷேர்ஹோல்டருடைய மகளைக் கல்யாணம் செய்துக்கப் போறவன். இந்தக் கம்பெனிக்கு அந்தக் கல்யாணம் தேவையா யிருக்குது. அதனாலதான் சொன்னேன், பணம் வேணும்னா வாங்கிக்க... பழி வேணும்னா வாங்கிக்க. என்ன வேணா செய்யி. இப்பவே வீட்டுக்குப் போயி அவனைச் செருப்பால ஒரு அடி அடி. எம்பேரையும் சொல்லி ஒரு சாத்துச் சாத்து! எனக்கு ஆட்சேபனை இல்லை, ஆனா, கோர்ட்டுக்கு இழுத்தே... ரொம்ப கஷ்டப்படுவே. பண பலத்தை உன்னால எதிர்க்கவே முடியாது. யாரை வேணா விலைக்கு வாங்கலாம். இன்க்ளூடிங் திருப்பதி வெங்கடாசலபதி... யோசிச்சு நீயே வழி சொல்லு. காபி ஆறிப் போவுதில்ல... வேற கொண்டாரச் சொல்லட்டுமா?'

விஜி காபிக் கோப்பையை எடுத்து அவர்மேல் ஆத்திரத்துடன் வீசினான். முகத்திலும் கோட்டிலும் முத்து முத்தாக காபி உதிர்ந்ததை ராம்கோபால் நிதானமாகக் கைக்குட்டையால் வழித்துக்கொண்டு, 'ப்ரீத்தி கொஞ்சம் உள்ள வா' என்றார்.

விஜி வெளியே செல்லுகையில் 'ப்ரீத்தி! கல்யாணப் பத்திரிகை ப்ரூஃப் வந்ததா?' என்று அவர் வினவியது கேட்டது. திரும்பி அவரை முறைக்க,

ராம்கோபால் புன்னகைத்தார்.

மாமி கொடுத்திருந்த லிஸ்ட் பிரகாரம் வீட்டுச் சாமான்கள் எல்லாம் வாங்கிக்கொண்டு, சித்ராவுக்கு என்ன வாங்கலாம் என்று யோசித்துப் பார்த்தான். பிளாஸ்டிக்கில் ஒரு க்ரேயான் செட் அழகாக இருந்தது. கலர் கலராகப் படம் போடுவாள். வேண்டாம். இல்லை. தாவணிக்குப் பளபளவென்று துணி? என்னத்தை வாங்கிக் கொடுப்பது என்று தீர்மானமில்லாமல் கடையில் தேடிக்கொண்டிருந்தபோது, ஒரு பெட்டிக்கடை அருகில் சிகரெட்டைக் கயிற்றில் பற்றவைத்துக்கொண்டு, 'கணக்கு வெச்சுக்க ராஜு' என்று சொல்லிவிட்டு வெளியே வந்த தம்புவைப் பார்த்தான். உடனே விஜிக்கு அன்றைக்கு பஸ் ஸ்டாண்டில் தகராறு செய்தவன் என்று அவனை அடையாளம் கண்டுகொள்ள முடிந்தது. சட்டென்று அவன் சட்டைக் காலரைப் பிடித்து, 'நீ தானடா, நீ தானடா?' என்றான்.

தம்பு விஜியை அடையாளம் கண்டுகொள்ள முடியாமல் 'என்ன உஸ்தாத்! காலர் மேல கை போடற? அப்றம் மாராமாரியாயிரும்' என்றான்.

விஜி அவனைக் கன்னத்தில் ப்ளீர் என்று அடிக்க, தம்பு கோழைத்தனமாக, ‘ஐயோ, ஐயோ... அடிக்கிறயா... டேய் சோமாறி, பேமானி...’ அடுத்த அடியைத் தடுத்துக்கொண்டு தரையில் படுத்துக்கொண்டு தப்பித்துச் சட்டென்று எழுந்து விருட்டென்று ஓடினான். விஜி அவனை ஆத்திரத்தில் துரத்த, தம்பு இரைக்க இரைக்க சந்துகளில் ஓடினான். பஞ்சு மிட்டாய் பெட்டிகள் சிதற, சாக்கடையோரம் வெளிக்கிருக்கும் சிறு குழந்தைகள் ஓட, மரத்தடியில் காசுவைத்து கோலி ஆட்டம் கலைய இருவரும் ஒருவரை ஒருவர் துரத்தி ஓடுவதை மற்றப்பேர் சுவாரஸ்யமாக நின்று வேடிக்கை பார்க்க, விஜிக்கு எங்கிருந்து அத்தனை ஆத்திரம் வந்ததென்று அத்தனை வேகம் வந்ததென்று தெரியாமல்...

‘என்னங்க, எதாவது திருடிட்டானா?’

‘இல்லைப்பா! ஒரு பொண்ணை... ஒரு பொண்ணை...’

தம்புவை அவர்கள் கோழிக்குஞ்சைப் போலப் பிடித்து, அமுக்கிக்கொண்டு வந்தார்கள்.

13

மொத்தம் பத்துப் பேர் தம்புவைப் பிடித்து வைத்திருந்தார்கள். அவன் சிண்டைப் பிடித்து நிமிர்த்தி முகத்தை விஜியிடம் காட்டினார்கள். 'அடிங்க சார், வேண்டிய அளவுக்கு!'

கண்களில் மிகுதியான பயத்துடன் தம்பு, 'வேண்டாங்க... விட்டுருங்க... விட்டுருங்க. இனிமே அந்த மாதிரி செய்யவே மாட்டேன். எல்லாம் அந்த வினோத் சொல்லித்தான் செஞ்சன். நான் அந்தப் பொண்ணை ஒண்ணுமே செய்யலைங்க. எங்கம்மா பேர்ல, சாமி பேர்ல சத்தியம்.'

'நீங்க அவன் சொல்றதையெலலாம் கவனிக்காதிங்க. சாத்துங்க!' விஜி அவனை நெருங்க, முழுவதும் அகப்பட்டுவிட்ட எலியைப்போல் போல விழித்து தம்பு, 'அடிக்காதிங்க, அடிக்காதிங்க' என்று அழுகை நனைந்த குரலில் கெஞ்ச, விஜி அவன் இரண்டு கன்னத்தையும் பிடித்துக்கொண்டு முகத்தைக் கிழிப்பது போல இழுக்க, தம்புவின் விகார முகம் பற்கள், தொண்டை, எச்சில் நுரை எல்லாம் அத்தனை அருகில் தெரிய, 'சே!'

‘என்னங்க, விட்டுட்டீங்க?’

‘இவன்லாம் அடிச்சித் திருந்தற ஜாதியில்லைங்க.’

‘அப்ப நாங்களாவது நாலு சாத்தட்டுமா?’

‘என்ன வேணா செய்யுங்க.’

அய்யா வேண்டாங்க, வேண்டாங்க. விட்டுருங்க.’

விஜி அந்த இடத்தை விட்டு விலகும்போது அவர்கள் தர்ம அடிகளைத் தொடங்கியிருந்ததைக் கவனிக்கவில்லை.

வினோத் தன் அறையில் இருந்தான். சுற்றிலும் பாப் டிலன், புல்வொர்க்கர் என்று சம்பந்தமில்லாத போஸ்டர்கள்; டேப் டெக்கில் த்ரில்லர். வாயில் சிகரெட் தொங்க போட்டோக்களை ஆல்பத்தில் ஒட்டிக்கொண்டிருந்தான். அத்தனையும் சித்ராவின் போட்டோக்கள். ‘ஏய் என்னை விட்டுர்றா! விட்டுர்றா, தொடாதடா...’

சித்ரா கீழே கிடந்த வாழை நாரைப் பொறுக்கிக்கொண்டு அதனால் அவனை அடிக்க முற்பட்டது அவனுக்குச் சிரிப்பை வரவழைத்தது. ஆல்பத்தைப் புரட்டினான். ஒன்று இரண்டு மூன்று என்று எண்ணிக்கையிட்டு பெண்களின் போட்டோக்கள். எல்லோரும் கிழிந்த உடைகளில் ஆச்சர்யமும் பயமும் தோய்ந்த கண்களில் எல்லோருமே ஏறக்குறைய ஒரே ஜாடையில்!

சற்றுநேரம் சிகரெட்டை உள்ளுக்குள் உறிஞ்சிக்கொண்டு சித்ராவின் திறந்த மார்பகத்தைக் குழந்தையின் ஆர்வத்துடன் பார்த்துக்கொண்டிருந்தான்.

‘வினோத், இந்த ஸூட் ட்ரையல் பாத்துரு.’

வினோத் ஆல்பத்தை அலமாரியில் வைத்து மூடிவிட்டு, ‘ஏம்மா தொந்தரவு பண்றிங்க! இப்ப உனக்காக நான் சிகரெட்டை அணைக்கணும்.’

‘அணைக்க வேண்டாம்டா கண்ணா, இருக்கட்டும்!’

‘நீ குடிக்கலியா?’

‘எனக்கு இந்த ப்ராண்ட் இருமல் வரும், போட்டுப் பார்றா?’

'சரியாத்தான் இருக்கும். எப்ப கல்யாணம்?'

'தை மாதம் பிறந்த உடனே. பதினெட்டாம் தேதி எங்கயும் போயிறாதே. தருமலிங்கத்தைக் கூப்பிட்டிருக்கோம். பெரிய பார்ட்டி. உங்கப்பா எங்கேஜ்மென்டை அறிவிக்கப்போறார். ப்ரெஸ் எல்லாம் வர்றது. ஓ, ஐம் ஸோ ஹாப்பி!'

'பொண்ணு யாரு?'

அம்மா அவனை முறைத்துப் பார்த்து, 'கமான், டோன்ட் பி நாட்டி! உனக்கு ரஞ்சனியைத் தெரியாது? சம்மதம் எல்லாம் சொல்லியாச்சு. எங்கிட்ட, உங்கப்பாகிட்ட! பொண்ணு யாராம்! கேக்கறதைப் பாரு.'

'எனக்கு எல்லாப் பொண்ணும் ஒண்ணுதான்.'

வேலைக்காரன் பணிவாக வந்த ஒரு சீட்டைக் கொடுத்தான். அதில் 'நான் உன்னை அவசரமாகப் பார்க்கவேண்டும், விஜய குமார்' என்று எழுதியிருந்தது.

'வாசல்ல காத்துக்கிட்டு இருக்காருங்க. அவசியம் பாக்கத்தான் வேணும்னாரு.'

'வயசானவரா?'

'இல்லைங்க, நடுத்தரமா இருக்காரு.'

'சரி, வரச்சொல்லு.'

'யாரு வினோத்?' என்றாள் அம்மா. அவன் மேல்கோட்டை அணிவித்துக்கொண்டு.

'தெரியலை மம்மி. கல்யாணத்துக்குப் புடைவையெல்லாம் எடுக்கவேண்டாம்?'

'ஆமாடா, டைமே இல்லை! எங்கூட வரியா!'

'நீ போம்மா. நான் இந்தாளை விசாரிச்சுட்டு வரேன்.'

வினோத்தின் தாய் உள்ளே வரும் விஜியைப் பார்த்துப் புன்னகைத்து, 'வினோத்தைப் பார்க்க வந்தியாப்பா? சந்தோஷம்! எல்லாரும் ஹாப்பி ஹாப்பி ஹாப்பி! உக்காருங்க. நீங்க ஃப்ரெண்ட்ஸ் எல்லாரும் வரணும்.'

விஜி அவள் சொல்வதைக் கேட்டுவிட்டுத் திரும்பி மகனைப் பார்த்தான். அவன் இவனை புருவத்தைச் சுருக்கிக்கொண்டு பார்த்து, 'யார் நீங்க?' என்றான்!

'எம்பேரு விஜயகுமார். சித்ரான்னு ஒரு பொண்ணு ஞாபகம் இருக்குமில்லே?'

'சித்ரா? சித்ரா! ரிங்ஸ் எ பெல். வெயிட் எ மினிட்!' அலமாரியிலிருந்து ஆல்பத்தை எடுத்து, 'இதில் யாருன்னு பார்த்துச் சொல்லுங்க!'

விஜி ஆல்பத்தைக் கவனிக்காமல் அவனையே கண்கொட்டாமல் பார்த்துக்கொண்டிருந்தான். வினோத் சற்று நேர மௌனத்துக்குப் பிறகு 'ஸோ? மிஸ்டர்...' சீட்டைப் பார்த்து, 'விஜய குமார் என்னைக் கண்டுபிடிச்சுட்டிங்க, குட்! உங்களுக்கு என்ன வேணும்?'

'உங்கப்பாவும் இதையேதான் கேட்டார்.'

'அப்பாகிட்ட சொல்லியாச்சா? என்ன சொன்னாரு பெரியவர்? அவர் பார்க்காத பொண்ணா! உக்காருங்க. ஏன் பதட்டமா இருக்கிங்க?'

'உன் சிநேகிதன், கையாளு, அவனையும் நேற்றைக்குப் பார்த்தேன்.'

'தம்பு!'

'அவனைக் கொல்றதுக்கு இருந்தேன். கொல்லலை.'

'அவன் உங்க சித்ராவை ஒண்ணும் பண்ணலை. செஞ்சதெல்லாம் நான்தான்!'

'பெருமையா சொல்லிக்கிறயே, வெக்கமா இல்லை?'

'இல்லை! அந்தப் பொண்ணு...' அருகில் இருந்த ஆல்பத்தைப் புரட்டி, 'போட்டா பாக்கறிங்களா?'

விஜி அவனை ஆத்திரத்தில் பிடித்துக் கட்டிலில் தள்ளினான்.

'ஈஸி... ஈஸி. எதுக்கு தள்றிங்க? தள்ளாதே.'

‘தள்ளலை. உன்னைக் கொல்லணும்.’

‘தட்ஸ் ஆல்? அவ்ளவ்தானே? என்னைக் கொல்லத்தானே வேணும்?’ விஜி வியப்புடன் பார்த்துக்கொண்டிருக்க வினோத் மேஜைக்குச் சென்று அதன் இழுப்பறையிலிருந்து ஒரு துப்பாக்கியை எடுத்து விஜியிடம் கொடுக்க நீட்டினான்.

‘இந்தாங்க, கொல்லுங்க! லோட் பண்ணியிருக்கு. எப்பவாவது எனக்கே செய்துக்க இஷ்டம். தைரியம் வரலை. கமான் ஷூட்! கொல்லு... கொன்னுரு!’

விஜி பிரமித்துப்போய், ‘உங்க ஃபேமிலியே எனக்குப் புரிய லைப்பா.’

‘எனக்கும்தான்!’

‘அந்தப் பெண்ணைக் கெடுத்திருக்கியே, அவளைப் பத்தி எதாவது தெரியுமா?’

‘கெடுக்கலை. சும்மா போட்டோ எடுத்தேன் அவ்வளவ்தான்.’

‘ஏன்?எதுக்காக போட்டோ எடுத்த?’

‘எங்கம்மாவை எல்லாரும் போட்டோ எடுத்தாங்க.’

விஜி அவனை நிமிர்ந்து பார்க்க ‘எல்லாரையும் போட்டோ எடுக்கணும்... பத்து பேரை, நூறு பேரை!’ என்றான் வினோத்!

‘நீ சொல்றது புரியவே இல்லை. இத பாரு. நீ செஞ்சது தப்புன் னாவது ஒப்புக்கறியா?’

‘நீங்க செஞ்சது தப்புன்னு ஒப்புக்கங்க. அப்ப நானும் ஒப்புக் கறேன்.’

‘நா என்னடா தப்பு செஞ்சேன்?’

‘நீங்கன்னா நீங்க இல்லை. உங்களைப் போல ஜனங்க... ராஜன் அங்கிள் போல ஜனங்க...’

‘த பாரு, நீ சொல்றது ஏதும் எனக்குப் புரியலை. உன்னை போலீஸ்ல புடிச்சுக் கொடுக்க எனக்கு அதிகம் நேரமாகாது.’

‘அய்யோ, புடிச்சிக் குடு வாத்தியாரே. இதோ இருக்கு டெலிபோன்!’ என்று பக்கத்து அறையிலிருந்து நாய்க்குட்டி

மாதிரி ஒரு நவீன டெலிபோனை எடுத்து வந்து இந்த அறையில் சுவரில் சொருகினான்.'

'யூ ஆர் எ வெரி ஸ்ட்ரேஞ்ச் பாய்!' என்றான் விஜி. வினோத்தின் கண்ணில் எவ்வித கேலியும் ஆணவமும் இல்லாதது அவனுக்கு ஆச்சரியமாக இருந்தது. கண்களின் ஆழத்தில் ஒருவிதமான சோகம் இருந்ததுபோலத் தோன்றியது. அதே சமயம் கண் ணெதிரே ஒரு பயங்கர விபத்து நடந்தாலும் அலட்டிக்கொள் ளாமல் தன் வழியே நடப்பான் போலத் தோன்றியது.

'சித்ரா! நல்ல பேரு. எப்படி இருக்குது அது? அதிகம் இதனால பாதிக்கப்படாம இருந்தா சரி. பணம் கிணம் வேணும்னா ஏற்பாடு பண்றேன்.'

விஜி அவனருகில் வந்து, சற்றும் எதிர்பார்க்காமல் தேள் கொட்டினாற்போல் கன்னத்தில் மிக விரைவாக ஓர் அறை அறைந்தான். 'ராஸ்கல்! பணத் திமிர்ல பேசறியா?'

வினோத் கன்னத்தில் அடிப்பட்டதைப் புறங்கையால் தடவிக் கொள்ளக்கூட இல்லை.

'இன்னும் அடி! அப்பத்தான் உனக்குப் புரியும், எனக்கு எந்த விதமான பாசாங்கும் திமிரும் இல்லைன்னு. நான் ஒரு மெஷின்! நான் ஒரு ரோபாட்டுன்னு தெரியும். என்னுடைய எல்லா செயல் பாடுகளையும் முன்னாலேயே தீர்மானிச்சு ஒரு ஆள் ப்ரொக்ராம் எழுதி வெச்சுட்டுப் போயிட்டான்னு தெரியும். நான் இந்தக் குடும்பத்தில ஒரே பிள்ளையாப் பிறந்ததில இருந்து, நடக்கத் தெரிஞ்ச உடனே அப்பா அம்மாகிட்டருந்து பிரிக்கப்பட்டதில் இருந்து, செவிலித்தாய்கள் என்னை வளர்த்ததிலிருந்து, அப்பா அம்மா சுவிட்ஸர்லாந்தில் மஜா பண்ணிக்கிட்டு இருக்கும்போது டார்மிட்டரியில என்னைப் பெரிய பையங்க துரத்தித் துரத்தி வித்தை காட்டினதிலிருந்து, அப்பனுக்கு ஆபீஸ் சிநேகிதிங்க, அம்மாவுக்கு சோஷல் சிநேகிதங்க, போட்டோ எடுக்கற சில்லறைப் பன்னிங்க, சித்தாளுங்க, எல்லாக் கருமத்தையும் பார்த்துத் தொலைக்க வேண்டியதிலிருந்து, எல்லாமே ப்ரொக்ராம் பண்ணிட்டுப் போயிட்டான் வானத்துக் குருடன்! இந்தப் பொண்ணு சித்ரா சொன்னியே, பைனாகுலர்ல இப்டி பார்த்துத் தீர்மானிச்சேன். ஏன் தீர்மானிச்சேன்? அவ முக ஜாடை எங்கம்மா மாதிரி இருந்ததாலே. இப்பப் போனா பாத்தில்ல?

அம்மா! எங்கம்மா! சமூகத்தில இந்த கிளப்பு அந்த கிளப்புன்னு லிப்ஸ்டிக் கலையாம சமூக சேவை பண்ணுவாங்க! பத்திரிகைல கலர் போட்டோகூட வந்திருக்குது, பாத்திருப்பிங்களே, கவர்னர்கூட போட்டோ காட்டட்டுமா... இல்லை இன்னம் கொஞ்சம் சுவாரஸ்யமா போட்டோவும் இருக்குது பார்க்கறியா?'

'த பாருப்பா, உங்க கூட்டமே எனக்குப் புரியவே இல்லை. நான் போறேன்.' என்றான்.

'போறதுக்கு முன்னாடி இதை ஒரு முறையாவது' என்று துப்பாக்கியை எடுத்து அதன் தோட்டாவைச் சோதித்து சிலிண்டரைப் பொருத்திவிட்டு 'ஸேஃப்ட்டி பின்னைக்கூட விடுவிச்சாச்சு. பொட்டில வெச்சு சுட்டுத்தான் பாரேன்.'

'நீயே சுட்டுக்... பாழாப் போ!' என்று விஜி புறப்பட்டான்.

'போட்டோ காப்பி வேணுமா?' என்றான். விஜி திரும்பிப் பார்த்தபோது சித்ராவின் படத்தைக் காட்டினான். மார்பு வரை ஒன்றும் அணியாமல் பயந்துகொண்டு.

அவனை ஓங்கி அடிக்க ஆயுதம் தேடினால் ஆயுதம் எடுத்துக் கொடுப்பான்!

'க்ரேஸி! இத பாருப்பா. நீ செய்த தப்புக்கு எப்பவாவது எந்த விதத்திலாவது தண்டனை வாங்கித் தீருவே. அதை மட்டும் ஞாபகம் வெச்சுக்க.' விஜி சொன்னது அவனுக்கே நம்பிக்கையாக இல்லை. இவன்தான் தண்டனைக்குத் தயாராக இருக்கிறானே, இவனை என்னால் சுட முடியும். இருந்தும் ஏதோ ஒரு பைத்தியகாரத்தனமான நியதியில் சுட முடியவில்லை. அடிக்க முடியவில்லை.

அந்த ஆடம்பரமான வீட்டை விட்டு வெளியே வந்தபோது விஜி யோசித்தான். இதிலே தனக்கு என்ன சம்பந்தம்? தம்புவையோ இந்த வினோத்தையோ அடிப்பதாலோ ஜெயிலில் போடுவதாலோ எந்த விதத்தில் சித்ராவுக்கு நிகழ்ந்தது நிவர்த்தியாகிறது. இன்னும் கொஞ்சம் யோசித்துப் பார்த்தால் நிஜமாகவே அது களங்கம்தானா? இந்தக் கிறுக்கன் அந்த போட்டோக்களையெல்லாம் எரித்துவிடு என்றால் நிச்சயம் செய்துவிடுவான். இவனுக்கு மனத்தில் ஏதோ சிதைவு ஏற்பட்டிருக்கிறது. மற்ற

பேர் யாருக்கும் தெரியாதவரையில், இந்த ரகசியம் உறங்கும் வரையில் அது களங்கமே இல்லைதான்! யாருக்குத் தெரியும்? இரண்டு பேர் மூன்று பேரை விட்டால் யாருக்கும் தெரியாது.

'ஆம். இது விஷயம் யாருக்குமே தெரியக்கூடாது. அதுதான் நான் முதலில் கவனித்துக்கொள்ள வேண்டியது. சித்ராவுக்குக் கல்யாணம் ஆகி குழந்தை பெற்று... ஏன் அவள் வாழ்நாள் முழுவதும் இது எனக்கு மட்டும் தெரிந்த ஒரு ரகசியமாகத்தான் இருக்கவேண்டும்.

வீட்டுக்கு வந்தபோது வாசலில் ஒரு மோட்டார் சைக்கிளும் மொபெட்டும் நின்றுகொண்டிருந்தன. உள்ளே போனான். நடுக்கூடாரத்தில் சித்ராவின் அப்பாவும் அம்மாவும் உட்கார்ந் திருந்தார்கள். அவர்கள் எதிரே ஒரு பெண் நின்று கொண்டிருந் தாள். அருகில் ஒரு வாலிபன் குறிப்பெடுத்துக் கொண்டிருக்க, பக்கத்தில் ஒரு போட்டோகிராபர் காத்திருந்தான்.

'ஆச்சரியமா இருக்கே? அந்த பிக்னிக்ல நடந்தது உங்களுக்குத் தெரியாதுன்னா சொல்றிங்க?'

14

விஜி படபடப்புடன் உள்ளே நுழைந்து, 'ஐயோ! இவங்களை யார் உள்ள விட்டாங்க?' என்றான்.

நித்யா கோப்பையில் காபி அருந்திக்கொண்டிருந்தாள். முத்துசாமியும் போட்டோகிராபரும் அலமாரியைக் குடைந்து கொண்டிருந்ததை மற்ற பேர் கவனிக்கவில்லை. போட்டோகிராபர் அவ்வப்போது கிளிக் கிளிக் என்று சப்புக் கொட்டிக்கொண்டிருந்தான்.

'விஜி, இவா சொல்றதெல்லாம் நிஜமா?'

'என்ன மாமி சொல்றாங்க? யாரு இவங்க?'

'இவர் யாரு?'

'இவன் வாச ரூமுல குடியிருக்கிறவனம்மா. சித்ராவை பிக்னிக்கு அனுப்பித்தான் ஆகணும்னு ஒத்தகைக்கால்ல நின்னான். நீ சொல்றதைப் பார்த்தா...'

'மிஸ்டர் விஜி, உங்களுக்கு விஷயம் தெரியாதா?'

'என்ன விஷயம்?'

‘அந்த பிக்னிக்கில் சித்ராவுக்கு நடந்த ஒரு சம்பவம்.’

‘அது என்னவா இருந்தாலும் உங்களுக்கு என்ன? ஒரு ப்ரைவேட் ஃபேமிலி வீட்டுக்குள்ள நுழைஞ்சு எதுக்காக இதெல்லாம் விசாரிக்கிறீங்க? போலீஸா நீங்க?’

‘இல்லை. எம் பேர் நித்யா. கேள்விப்பட்டிருப்பிங்களே. இவர் முத்துசாமி, ‘பெண்’ணுன்னு வார இதழில் ரிப்போர்ட்டர். இவர் ‘கேஜீ’ன்னு வண்ணப்படம் எடுக்கறவர்.’

‘எல்லாம் பத்திரிகைக்காரங்க! எதுக்கு? உங்க பத்திரிகைல அக்கப்போர் போடறதுக்கா? எதுக்காக வந்திருக்கிங்க? மாமி! மாமா! இவங்களையெல்லாம் உள்ளேயே விடக்கூடாது. என்ன இது, அசடாட்டம் நடுக்கூடத்தில் உக்காத்தி வெச்சிக்கிட்டு காபி கொடுத்துக்கிட்டு இருக்கிங்க...’

‘இல்லைப்பா... என்னமோ தேனொழுகப் பேசறாப்பா.’

‘பத்திரிகையில் ஏதும் போடப்போறதில்லிங்க.’

‘பின்ன எதுக்கு போட்டோகிராபரையும் நிருபரையும் அழைச்சுக் கிட்டு வந்திருக்கிங்க?’

‘இவர் வந்து உங்க வீட்டு அட்ரஸ் கண்டுபிடிச்சுக் கொடுத்தார். போட்டோகிராபர் மோட்டார் சைக்கிள்ள இவரைக் கொண்டு விட்டார்.’

‘அப்படியா, ரொம்ப சந்தோஷம்! நீங்க போகலாம்.’

‘என்னடா எல்லாம் ஒரே குழப்பமா இருக்கு?’ என்று அப்பா திருதிருவென்று விழிக்க, சீனு குறுக்கே உற்சாக வாலாட்டிக் கொண்டு உலவியது.

‘சூர்யா, இந்த சனியனை வெளில கொண்டுவிடு!’

‘ஒண்ணுமில்லை மாமா... வம்புக்கு அலையறாங்க எல்லாரும்!’

‘பிக்னிக்கில நடந்தது நடந்ததுன்னு என்னமோ சொல்றா! யாரோ ஒரு பையன் காரைப் போட்டுண்டு வந்தானாம். நம்ம சித்ராவை அழைச்சிண்டு போயி!’

‘ஐயோ! அதெல்லாம் பொய் மாமா! இத பாருங்க நித்யா, நீங்க போறிங்களா?’

நித்யா நிதானமிழக்காமல், 'நீங்க என்னைத் தப்பா எடை போடறிங்க. நாங்க பத்திரிகைல செய்தி போடறதுக்கோ போட்டோ எடுக்கறதுக்கோ வரலை.'

'அந்தாளு எடுத்துக்கிட்டே இருக்கார்.'

'முத்து! ஆஸ்க் ஹிம் டு ஸ்டாப் இட்! த பாருங்க... நாங்க இந்தப் பெண்ணோட கேஸை முன்மாதிரியா வெச்சுக்கிட்டு பெண் விடுதலை இயக்கத்தின் சார்பில, இந்தக் காரியத்தை செய்தவனுக்கு உரிய தண்டனை கொடுக்கறதுன்னு தீர்மானிச்சோம்.'

'என்ன காரியம்?'

'அது உங்களுக்கு நிச்சயம் தெரியும்னு தோணுது.'

'உங்களுக்கு யார் இந்த அட்ரஸைக் கொடுத்தாங்க?'

'நாங்களாகத்தான் விசாரிச்சுக்கிட்டு வந்தோம். டாக்டர் தரலை! வீணா சந்தேகிக்காதிங்க.'

'டாக்டரா? என்னடா விஜி சொல்றா இவ?'

'அவங்க எதாவது சொல்லுவாங்க. எதையும் நம்பாதிங்க. சித்ராவையே கூப்பிட்டுக் கேட்டுரலாம். அவ போனதும்... என்ன? சொல்றதெல்லாம் பொய்!'

'இத பாருங்கம்மா, பெத்த அம்மாகிட்டருந்தே இந்த ரகசியம் மறைக்கப்பட்டிருக்காப்பல தெரியுது. உங்க பொண்ணு சித்ராவை இரண்டு இளைஞர்கள் ஒகேனக்கல் பிக்னிக் போறபோது பலாத்காரமா கடத்திக்கொண்டு போயி ஒரு தனியிடத்தில் வகை வகையாக போட்டோ எடுத்திருக்காங்க. இது அக்கிரமமில்லை? பரவாயில்லைன்னா, நீங்க ஒண்ணும் செய்ய வேண்டாம்!'

'சித்ரா எங்க?' என்றான் விஜி.

'கொல்லைப் பக்கத்தில் பரீட்சைக்குப் படிச்சிண்டுருக்கா! சூர்யா, அவளைக் கூட்டிண்டு வா...'

'இரு! வேண்டாம். அப்புறம் விசாரிக்கலாம்.'

'மிஸ்டர் விஜி, நான் சொல்றதைக் கேளுங்க. இதையெல்லாம் மறைக்க முடியாது! உங்க நன்மைக்கு நான் இதை எடுத்துக்கிட்டு போராடப் போறேன்...'

'நன்மை என்னம்மா நன்மை. கோர்ட்டுக்குப் போறதில் நன்மையா? பேப்பர்ல வரது நன்மையா? பேருக்குப்பேர் வீட்டுக்கு வந்து விசாரிக்கறது நன்மையா? இந்த மாதிரி ஜனங்க வீட்டுக்குள்ள வந்து கோயில் மாடு மாதிரி திரியறது நன்மையா?

'அதெல்லாம் அளவுக்கு மீறாதபடி பார்த்துக்கறதா உத்தரவாதம் தரோம்.'

'எப்படிங்க அதைச் சமாளிக்க முடியும்? இப்பவே பத்திரிகை போட்டோக்காரன்னு வந்துட்டிங்க.'

'நீங்க ரெண்டு பேரும் என்ன பேசறிங்கன்னே புரியலையே விஜி.'

சித்ரா உள்ளே வந்தாள். அத்தனை பேரையும் ஒவ்வொருத்த ராகப் பார்த்தாள். 'நீதான் சித்ராவா? வாம்மா!' என்றாள் நித்யா. 'வாட் எ ஸ்வீட் இன்னொஸண்ட் ஃபேஸ்! டோண்ட்! டோண்ட்! போட்டோ வேண்டாம்னு சொன்னனே முத்து.' சொன்னதைக் கேட்காமல் போட்டோக்காரன் அவளை ஒரு சுருள் முழுவதும் வாங்கிக்கொண்டிருந்தான்.

'நித்யா, எதுக்கும் எடுத்து வெச்சுக்கிட்டோம்னா கைவசம், வேணுங்கறப்ப உம் பர்மிஷனோடதானே எல்லாம் போடப் போறோம்! இந்தப் போராட்டத்தில நடுப்ற ஒரு கட்டுரை எழுத வேண்டி வந்தாலும் வரும்!'

இதுக்குள் அம்மா சித்ராவைப் பார்த்து, 'ஏய், நிஜத்தைச் சொல்லு. அன்னிக்கு பிக்னிக்கில என்ன நடந்தது? யாரோ ரெண்டு பையன் வந்து உன்னை அழைச்சுண்டு போனானா?'

சித்ரா விஜியைப் பார்த்தாள். 'சொல்லாதே! சொல்லாதே! என்று கண்களால் கெஞ்சினான்.

'ஆமாம்' என்றாள்.

'அடிப்பாவி! அப்ப இவா சொல்றதெல்லாம் நிஜமா?'

'ஆமாம்!'

'போட்டோ எடுத்தானா?' என்றாள் நித்யா.

'ஆமாம்.'

அம்மா வாயைப் பொத்திக்கொண்டு பிரமித்திருக்க, 'என்ன சொல்றா இவ?' என்று அப்பா கேட்க, சூர்யா டெலிவிஷன் வந்துவிட்டதா என்று போட்டுப் பார்த்துக்கொண்டிருக்க...

'இதை ஏண்டி எங்கிட்ட சொல்லவே இல்லை?'

'விஜி சார் வேண்டாம்னுட்டார்!'

'விஜி, நாங்க உனக்கு என்னடா பண்ணோம்!'

'மாமி...அப்பறம் இதை விவரமா சொல்றேன். இவங்க முதல்ல போகட்டும்.'

'நாங்க போறதா இல்லை, மிஸ்டர் விஜி. சித்ரா, அவங்க ரெண்டு பேரையும் பார்த்தா உனக்கு அடையாளம் காட்ட (முடியு) முடியு மாம்மா?'

'விஜி சாருக்கு அவன் யாருன்னு தெரியும்.'

'என்னது? விஜி! பொறுக்கவே முடியலையே எனக்கு!'

'இதில வில்லன் இவர்தான் போல இருக்குங்க! மிஸ்டர், ஏன் இப்படி எல்லாத்தையும் பேரண்ட்ஸ்கிட்ட கூடச் சொல்லாம கமுக்கமா வெச்சிருக்கிங்க? அந்தாளு யாரு... சொல்லுங்க.'

'முடியாது. நீங்கள்லாம் வெளில போங்க முதல்ல. ஆல் ஆஃப் யூ கெட் அவுட்!'

'நாங்க உங்க வீட்டில இல்லை மிஸ்டர்!'

'மாமி, இவங்களை வெளிய அனுப்புங்க முதல்ல. அப்புறம் விவரம் சொல்றேன்.'

'நடந்தது என்ன... சொல்லு முதல்ல.'

'எல்லாம் சொல்றேன். முதல்ல இவங்க போயாகணும்.'

'அந்தாளு அட்ரஸ் கொடுங்க, போயிற்றோம். கேஜீ. இவரையும் படம் எடுத்துக்க!'

'இத பாரு, இன்னம் ஒரு நிமிஷம் இங்க இருந்திங்கன்னா எல்லாத்தையும் தூள் தூளாக உடைச்சுக் கிழிச்சுப் போட்டுருவேன். கேமராவெ, உன் ஆம்பிளைச் சட்டையை, எல்லாத்தையும்!'

‘டேக் இட் ஈஸி மிஸ்டர் விஜி!’ என்று இடுப்பில் கை வைத்து நின்றாள் நித்யா.

‘போடி, உன் இங்கிலீஷெல்லாம் எங்கிட்ட உதவாது!’

‘க்ரூட்!’

‘நீங்க எல்லாரும் போறிங்களா இல்லையா இப்ப.’

‘இந்த மாதிரி எங்களைத் திட்டறதால இந்த விஷயத்தை மறைக்க முடியுங்கறிங்களா? எத்தனைதான் முயற்சி செய்தாலும் இப்ப விஷயம் வெளிய வந்துருச்சா இல்லையா?’

‘எல்லாம் டாக்டர் சொல்லியிருப்பா.

‘இல்லை. அதான் இல்லை’ என்றான் முத்து.

‘எங்களோட ஒத்துழைக்கிறதுதான் உங்களுக்கு...’

‘அட போய்யா சில்லறை! மாமி, இவங்களைப் போகச் சொல்லுங்கோ.’

‘போச் சொல்லுங்கோ, போச் சொல்லுங்கோன்னு எங்கிட்டயும் விஷயம் சொல்ல மாட்டேங்கறே, என்னப்பா இது பிடிவாதம்? த பாரு விஜி, கேக்கறதுக்கே ஏதும் நன்னால்லை. நான் போகாதே போகாதேன்னு அடிச்சுண்டேன்...’

‘இருடி... அவன்தான் விவரமா அப்புறம் சொல்றேங்கறான்!’

‘நீங்க சும்மாருங்கோ. ஒரு எழவும் தெரியாது உங்களுக்கு?’

அம்மா விஜியின் அருகே வந்து, ‘விஜி நீ உன் ரூமுக்குப் போய்க் கோப்பா. நான் எல்லாத்தையும் கவனிச்சுக்கறேன். உன் ஒத்தாசை ஏதும் வேண்டாம். போறயா!’

விஜி அம்மாவை சற்றுநேரம் பிரமிப்புடன் பார்த்துவிட்டு மற்ற பேரை ஒவ்வொருத்தராகப் பார்த்தான்.

சித்ராவை அடிபட்ட கண்களோடு பார்த்து, ‘ஏன் சொன்ன?’ என்று கேட்டான்.

‘பதில் இல்லை.’

‘இதுக்காகப் பிற்பாடு வருத்தப்படப்போறிங்க மாமி!’

'நீ போப்பா, நாங்க பாத்துக்கறோம். நீ அரேஞ்ச் பண்ணதுதான் இந்தமட்டும் சீரழிஞ்சிருக்கு! நாங்க பார்த்துக்கறோம்!'

விஜி கோபத்துடன் தன் அறைக்குத் திரும்பியபோது... 'த பாரு சித்ரா! வாம்மா... எம் பேரு நித்யா, நடந்ததை விவரமாகச் சொல்லு!'

ஆதரவுடன், ' உன் ரூமுக்குப் போகலாம்... வாங்க மாமி....'

'அவன் பேர் எல்லாம் விஜி சாருக்குத்தான் தெரியும்.'

'முதல்ல என்னடி ஆச்சு... சொல்லு! பெத்த தாயார் கிட்ட மறைப்பையா?'

'விஜி சார்தான் யார்கிட்டயும் சொல்லாதேன்னு ப்ராமிஸ் வாங்கிண்டார்ம்மா.'

'அவனே இதுக்கு உடந்தையோ என்னவோ?'

'ஏன் மாமி அபாண்டமெல்லாம் சொல்றிங்க! உங்க புத்தியைக் காட்டறிங்களே!' என்று இங்கிருந்து விஜி அலறினான்.

அறையின் முன் கதவு வழியாக முத்துவும் அந்த போட்டோ கிராபரும் நுழைந்து, 'நெருப்புப் பெட்டி இருக்கா பிரதர்' என்றான்.

'சிகரெட் குடிக்கிறதில்லை நானு.'

'தெரியும். சாமி படத்துக்கு ஊதுவத்திக்குக்கூட இல்லையா?'

'ஏய் போய்யா! ஏன்யா இந்த வீட்டைப் புடிச்சுக்கிட்டு... அந்தப் பொண்ணு அறியாத பொண்ணு!'

'நீங்க எங்களைத் தப்பா எடை போடறிங்க விஜயகுமார். நாங்க சென்ஸேஷனுக்கு வரலை. பத்திரிகையில போடறதுக்கு வரலை. அந்தப் பையனை ஃபைட் பண்ணறதுக்குத்தான்!'

'என்ன பண்ணுவிங்க?'

'தண்டனை வாங்கிக் கொடுப்போம்!'

'எப்படி? கோர்ட்டுக்குப் போயா?'

‘அதுக்கு வழி இருக்கு! அவனை சமூகத்தில வெளிய தலைகாட்ட முடியாதபடி கரும்புள்ளி செம்புள்ளி குத்தி.’

‘உனக்கு அவனைத் தெரியாது! மொட்டையடிச்சுக்கிட்டுத் தயாரா இருப்பான்!’

‘ஆளு யாருன்னு சொல்லுங்க முதல்ல.’

‘முடியாதுய்யா... போய்யா!’

இதற்குள் முத்து அவன் அலமாரியில், மேசையில் வேவு பார்த்துக்கொண்டிருந்தவன், மெமோ பேடில் எழுதி வைத்திருந் ததைப் படித்தான்.

‘ஏஸ் இண்டஸ்ட்ரிஸ் ராமகோபாலைத் தெரியுமா உங்களுக்கு?’

‘போய்யா...’ என்று அந்தக் காகிதத்தை அவனிடமிருந்து பிடுங்கிக்கொண்டான் விஜி. ‘இப்ப இந்த இடத்தை விட்டு விலகினீங்கன்னா உபகாரமா இருக்கும்.’

‘கோவிச்சுக்கறதுகூட என்ன மைல்டா கோவுச்சுக்கறார் பாருங்க! வரட்டுமா?’

‘என்ன கேஜீ, இவரையும் ஒரு போட்டோ எடுத்துக்கிட்டல்ல?’

‘ஆச்சு!’

‘கவலைப்படாதீங்க! இன்னம் ஒரு வாரம் பத்து நாளில் நீங்கள் ளாம் தமிழ்நாடு பூராவும் பிரபலமாயிடுவிங்க! வரட்டுமா?’

15

நித்யா விஜியின் அறையில் எட்டிப் பார்த்து, 'என்ன பேசியாச்சா, அட்ரஸ் சொன்னாரா?' என்றாள். விஜியை வாஞ்சையுடன் பார்த்துச் சிரித்தாள்.

'சொல்லமாட்டாராம். அதுக்கென்ன கண்டு பிடிச்சுட்டாப் போவுது...'

'எப்படி?'

'எத்தனையோ வழிகள் இருக்கு. என்ன மிஸ்டர் விஜி?'

'கெட் லாஸ்ட்...'

'ரொம்ப கோவத்தில் இருக்காரு. சார் ஒரு அல்பகோராப் பழம் தின்னா சரிப்பட்டு வரும்.'

'அய்யோ! ஒழிங்கலேன் இந்த இடத்தை விட்டு! இதப் பாரும்மா... இந்த விவகாரத்தை அதிகம் நீங்க விளம்பரப்படுத்தினீங்க, விபரீதமாயிடும்.'

'யாரும் விளம்பரப்படுத்தப் போறதில்லை. முத்தண்ணா வாங்க போகலாம்' என்று முத்துசாமியைப் புஜத்தில் பிடித்து இழுத்துச்

சென்றாள். அவர்கள் சென்றதும் கூடத்திலிருந்து அம்மா பேசுவது தெளிவாகக் கேட்டது.

'அவன்தான் சொன்னான்னா உனக்கு எங்கடி புத்தி போச்சு?'

மௌனம்.

'வேண்டாம் வேண்டாம்னு நான் அடிச்சுண்டேன். கேட்டியா. இப்ப என்ன ஆச்சு? உன்னை யார் கல்யாணம் பண்ணிக்கப் போறான்? இதை எப்படி மறைக்கிறது? அவன் போட்டோவை வெச்சுண்டு வை காசென்னா என்ன பண்ணுவா? எங்க இருக்கு காசு இந்த பிராமணர்கிட்ட?'

'என்னடி போட்டோ முண்டட்டையா எடுத்தானா?'

'அய்யோ! அம்மா... என்னைத் தனியா விடேன்!'

'தனியா விட்டுட்டுத்தான் என்ன ஆச்சு? நாராயணா! கேக்கற துக்கே நன்னால்லையே... நீங்க ஏன் இடிச்ச புளி மாதிரி உக்காந் துண்டிருக்கேள்?'

'நான் என்னடி செய்வேன்... எம் பேச்சை யாராவது கேட்டா சரி. யார் கேக்கறா? எல்லாம் அல்லி ராஜ்யமா இருக்கும். அந்தப் பொண்ணு வந்து என்ன சொல்லிட்டுப் போறதுன்னே புரியலை எனக்கு. எதாவது பிராது கொடுக்கணுமான்னா வேண்டாங்கறது நான் பார்த்துக்கறேங்கறது. சித்ரா சித்ரா கண்ணு! அடி கிடி இல்லையே உனக்கு?'

'என்னப்பா ஆச்சு சித்ரா அக்காவுக்கு?' என்றாள் சூர்யா.

'நீ போடி உள்ள. இங்க வா சித்ரா, இப்டி வந்து உக்காரு. என்ன பண்ணான்... அம்மாகிட்ட சொல்லு கண்ணு.'

'போம்மா' என்று அதட்டினாள்.

'அய்யோ! அவளை விட்டுருங்களேன்...' என்று அங்கிருந்து தெளிவாக இறைந்தான் விஜி.

கொஞ்ச நேரம் கூடத்தில் மௌனத்திற்குப் பிறகு, 'இத பாருப்பா விஜி! நீ இனிமே எங்காத்து விவகாரங்களில் தலையிட வேண்டாம். ஏற்கெனவே பிக்னிக்குக்கு அனுப்பிப் பாழாப் போனது போறும். நாங்க ஏதோ குருட்டு ஜன்மங்கள், எங்க விதிப்படி நேரவேண்டியதை எப்படியோ பார்த்சாரதி

கிருபையால சமாளிச்சுக்கறோம். உன் உபகாரம் வேண்டாம்பா. உபகாரம் பண்ணியே எங்களை சந்தி சிரிக்க வைச்சுருவே போல இருக்கு. அதனால கூடிய சீக்கிரம் உனக்கு எப்ப ஒழியறதோ அப்ப ரூமைக் காலி பண்ணிட்டன்னா அதுதான் உபகாரமா இருக்கும். ஏய் எங்கடி போறே ஏய்?'

சித்ரா நிலைப்படியில் தெரிந்தாள்.

'விஜி சார், எங்கம்மா ஆத்திரத்தால என்னவோ தத்துப்பித்துன்னு பேசறா, மன்னிச்சுக்கங்க. உங்க பேர்ல எதும் தப்பு இல்லை' என்றாள். அவள் கண் மை கரைந்துபோய் அழுதிருந்தாள். கசக்கிய தால் கண்கள் சிவந்திருந்தன. தலைமயிர் புழுதியாக இருந்தது.

'போக்கணங் கெட்டவளே! கேக்காம அந்த ரூமுக்குப் போனே, கை காலையெல்லாம் ஒடைச்சுப்போட்டுருவேன், ஆஹாங்' என்று அம்மாவின் கோபக் குரல் கேட்டது.

'சித்ரா, இங்க நிக்காத... போ! கவலைப்படாத, நான் உன்னை விடமாட்டேன்.'

'சித்ரா சென்றதும், 'த பாருப்பா விஜி? இங்க சித்த வா' என்று அம்மா கூப்பிட்டாள்.

'மாமி, நான் வெளிய போறேன். சித்ராவைக் காலைல திட்டலாம். எல்லாரும் டயர்டா இருக்கோம். கொஞ்சம் வார்த்தையை அளந்து பேசுங்க. திருப்பித் திட்ட ஆரம்பிச்சா மரியாதை கெட்டுப் போயிரும்' என்று கதவைப் பூட்டிக் கொண்டு கிளம்பினான்.

அடுத்தவாரம், பெண் இதழில் 'விரைவில் ஆரம்பம். காலேஜ் மாணவர்களும் டீன் ஏஜ் பெண்ணும் - உண்மைக் கதை' என்ற விளம்பரத்தின் கீழ் சித்ராவின் போட்டோ வைத்திருந்தது. பக்க வாட்டுத் தோற்றத்தில் அந்த கேஜீ அழகாகவே எடுத்திருந்தான்.

விஜி தமிழ்ப் பத்திரிகைகள் படிப்பதில்லை. எல்லாமே ஒரே மாதிரி இருக்கிறதாக அவன் அபிப்ராயம். அதனால் இந்த விளம்பரத்தை அவன் அது தோன்றிய வாரமே கவனிக்க வில்லை. சித்ராவின் வீட்டிலும் 'பெண்' வாங்குவதில்லை. சர்க்குலேஷன் லைப்ரரியில் குமுதம், விகடன், கல்கி மூன்றுதான் படிக்கிறார்கள். அவர்களுக்கும் தெரியவில்லை. முதல் முதல் இந்த விளம்பரத்தைப் பற்றித் தெரிந்தது பானு டீச்சருக்குத்தான். அவளுக்குப் பெல் அடிக்கப் பொறுக்கவில்லை. பள்ளி

வாசலிலேயே தூங்குமூஞ்சி மர நிழலில் சித்ரா வருகிறாளா என்று வாசல் பக்கம் கண் கொட்டாமல் பார்த்திருந்துவிட்டு அவளைக் கண்டதும் ஓட்ட நடையாக அவளருகில் வந்து 'சித்ரா! கொஞ்சம் தனியா வாம்மா.'

'என்ன டீச்சர்! ஹோம் ஒர்க் எல்லாம் சரியாத்தானே.'

'ஹோம் ஒர்க் இல்லை' என்று 'பெண்' இதழைக் காட்டி, 'இதைப் பாரு... இந்த போட்டோல இருக்கறது நீதானே?'

சித்ரா அதைப் பார்த்தாள், 'ஆமாம்... பாத்தா அப்படித்தான் இருக்கு. இது எப்ப எடுத்தது? ஓ! அன்னிக்கு அவாள்ளாம் வந்திருந்தாளே...'

'எவாள்ளாம்மா?'

'அதான் டீச்சர், நித்யான்னு ஒரு பொண்ணு இன்னும் ரெண்டு பேரும் வந்து பிக்னிக்கில நடந்ததை எலலாம் கேட்டா...'

'பிக்னிக்கில என்னம்மா நடந்தது?'

சித்ரா சற்றுத் தயங்கி, 'உங்களுக்குத் தெரியாது இல்லை?'

'சித்ரா, அப்ப உன் கதைதான் வரப்போறதா? இதைப் பாரு, 'காலேஜ் மாணவர்களும் டீன் ஏஜ் பெண்ணும் - உண்மைக் கதை' அன்னிக்கு உன்னை பிக்னிக்கில கார்ல அழைச்சுண்டு போனானே, அப்பாக்கு உடம்பு சரியில்லைன்னு அது பொய்யா?'

'அது வந்து டீச்சர்... வந்து...'

'சொல்லும்மா. நான் யார்கிட்டேயும் சொல்லவே மாட்டேன்.'

மதியத்துக்குள் 'பெண்' இதழின் பிரதி ஒன்றுடன் விஷயம் பிரின்ஸிபால் அறைக்கு எட்டிவிட்டது. சித்ரா இங்கிலீஷ் வகுப்பிலிருந்து பிரின்ஸிபால் அறைக்கு அழைக்கப்பட்டாள். இந்திரா காந்தியின் போட்டோவின் கீழ் ஏகப்பட்ட ஷீல்டுகள். புத்தக அலமாரியை சிண்ட்ரெல்லா போன்ற தேவதைக் கதைகள் அலங்கரிக்க, சுவரெல்லாம் சான்றிதழ்கள். அப்பழுக்கில்லாத இருபத்தேழு வருஷ சர்வீஸின் உருவகமாக பிரின்ஸிபால் லீலாபாய் உட்கார்ந்திருக்க,

'கம் மை சைல்ட்' என்று சித்ராவை அன்பாக விளித்து, அருகில் அழைத்து தலையைத் தடவிக்கொடுத்தாள்.

'இந்த போட்டோ நீதானா?'

'ஆமாம் மிஸ்.'

'கிளாஸ் டீச்சர் சொன்னது நிஜமா?'

'என்ன சொன்னாங்க?'

'பிக்னிக்ல பாய்ஸ் வந்து உன்னைக் கூட்டிட்டுப் போயி...'

சித்ரா மௌனமாக இருந்தாள்.

'அதெல்லாம் இந்த மாகசின்ல வரப்போவுதா சைல்ட்....'

'வராது மிஸ். அதெல்லாம் கிடையாதுன்னு அவங்களே சொன்னாங்க.'

'பின்னே இந்த அட்வர்ட்டைஸ்மெண்ட் வந்திருக்கே. அதுக்கு என்ன அர்த்தம்?

'மிஸ்! எனக்குத் தெரியலை. நித்யான்னு அவங்கதான் அந்த பாய்ஸ் ரெண்டு பேரையும், ரெண்டு பேருக்கும் பனிஷ்மெண்ட் கொடுக்கறேன்னு விவரம் கேட்டுட்டுப் போனாங்க. ஆனா, பத்திரிகைல போடறதா சொல்லலை. இது புதுசுதான்.'

'அந்த பாய்ஸ் உன்னை போட்டோ எடுத்தாங்களா சித்ரா?'

'ஒருத்தன் மட்டும் மிஸ்.'

'இதை ஏன் உங்க கிளாஸ் டீச்சர்கிட்ட சொல்லலை?'

சித்ரா மௌனமாக இருந்தாள்.

'சித்ரா! நாளைக்கு உங்க பேரண்ட்ஸ் யாராவது... ப்ரிஃப்ரபிளி உங்க ஃபாதரை அவசியம் ஸ்கூலுக்கு வரச்சொல்லு... என்ன? கவலைப்படாதம்மா, நீ போ!'

சித்ரா தயங்கி நின்றாள்.

'என்ன?'

'நான் செஞ்சது எதாவது... நான் செஞ்சதில... இல்லை... அவங்க.'

'கவலைப்படாத சைல்ட்! போய்ட்டு வா, நாளைக்கு உங்க ஃபாதரை வரச் சொல்லு. நான் லெட்டர் கொடுக்கறேன். ஸ்கூல்

விட்டுப் போறப்ப கலெக்ட் பண்ணிக்கிட்டு போ... என்ன' என்று சிக்கனமாகச் சிரித்தாள்.

சித்ரா விலகினதும் பிரின்ஸிபால் லீலாபாய் தன் கிளார்க்கைக் கூப்பிட்டு சித்ராவுக்கு ஒரு 'டிஸி' தயாரிக்க ஆணையிட்டார்.

நித்யா டெலிபோனில் வெடித்தாள். மிஸ்டர் முத்துசாமி! இது துரோகம். அநியாயம். என்னைப் பத்தி உங்களுக்குத் தெரியாது. யாரோட அனுமதில அந்த விளம்பரம் கொடுத்திங்க?'

'நித்யா, நீ விளம்பரத்தைச் சரியாப் பார்த்தியோ?'

'எல்லாம் பார்த்தாச்சு.'

'என்ன போட்டிருந்தது... என்ன போட்டிருந்ததுன்னேன்?'

'என்ன?'

'விரைவில் ஆரம்பம்'னுதானே. உங்கிட்ட பர்மிஷன் கேக்காம, உங்கிட்ட ஸ்கிரிப்டைக் காண்பிக்காம ஆரம்பிப்பேனா? சொல்லு. அப்றம் அந்த ஆளு யாருன்னு கண்டுபிடிக்க வேண் டாமா? விவரம் வேண்டாமா உனக்கு...'

'கண்டுபிடிச்சாச்சா?'

'அவனைப் பார்க்க வேண்டாமா உனக்கு!'

'பார்க்கணும். ஆனா, பப்பளிஸிட்டி எதும் கூடாது!'

'கொஞ்சம் பொறுங்க! ஒரு ரெண்டு மூணு நாள் போதும்!அந்த ஆளை யாருன்னு கண்டுபிடிச்சு... அவனை என்ன பண்ணனும் உனக்கு? சொல்லு.'

'அதை நான் பார்த்துக்கறேன். அதுக்கு முந்தி முதல்ல கண்டு பிடிங்க...'

'இதோ ரெண்டு நாள்ல!'

'அதுக்கு முந்தி பத்திரிகைல எதாவது வந்தது... ஆமாம் போட்டோவை எதுக்குப் போட்டிங்க?

'இந்தப் பொண்ணுதான் அந்தப் பொண்ணுன்னு எங்கயாவது காட்டிருக்கமா? இப்ப, மான் மார்க் பீடிக்கு ஸ்ரீதேவி போட்டோ போடறதில்லையா? அது மாதிரி வெச்சுக்கயேன்!'

‘உங்களையெல்லாம் தொழுவத்தில் கட்டி உதைக்கணும் மாமா.’

‘என்ன மாமான்னுட்ட... எனக்கு என்ன வயசுங்கறே?’

‘நீ பண்ற வேலை?

சிரிப்புடன் டெலிபோனை வைத்துவிட்டு முத்துசாமி ராம் கோபாலைப் பார்க்கச் சென்றான்.

‘டு யு ஹேவ் எனி அப்பாயிண்மெண்ட்?’ என்றாள் ப்ரீத்தி.

‘அஃப்கோர்ஸ்! போன் பண்ணினேன். நீங்கதானே எடுத்திங்க... ஸேம் ஸ்வீட் வாய்ஸ்!’

‘ப்ரீத்தி அவனை ஒரு முறை நிமிர்ந்து பார்க்க, முத்துசாமி கள்ளமில்லாமல் சிரித்துக்கொண்டிருக்க...’

‘கொஞ்சம் இருக்க, ஃப்ரீயா இருக்காரான்னு பார்க்கறேன்...’

‘ஃப்ரீயா இல்லைன்னாலும் அஞ்சு நிமிஷம் எனக்காக ஒதுக்கிக் கொடுக்கச் சொல்லுங்க. உங்களால ஆகாதா?’

ப்ரீத்தி அவனை மறுபடி பொய்க் கோபத்துடன் பார்த்து, ‘யார் சொன்னது?’

‘உங்களைப் பார்த்தாலே சொல்ல முடியுதே. ‘பெண்’ பத்திரிகை யில ஒரு ‘கவர்’ல உங்களைப் போட்டே ஆகணும்.’

ப்ரீத்தி உள்ளே சென்று சற்று நேரம் காத்திருக்கும்போது முத்து சாமி கம்பெனியின் ஆரோக்யத்தைக் குறிப்பிடும் வரைபடங் களை ஆராய்ந்து லேசாக விஸில் அடித்து ‘பெரிய கை! நல்ல வேளை, ஆம்பிளைப் பாப்பாத்தியைக் கூட்டிட்டு வரலை’ என்று தனக்குள் சொல்லிக்கொண்டான்.

‘நீங்க உள்ள போகலாம் மிஸ்டர் முத்துசாமி!’

‘தாங்க்ஸ்!’

உள்ளே நுழைந்த முத்துசாமியை ராம்கோபால் மேலும் கீழும் பார்த்துவிட்டு, ‘என் பிள்ளையைப் பத்திப் பேச வந்திருக் கிறாயா?’ என்றார்.

16

முத்துசாமி அந்த அறையின் நவீனத்திலும் பரிமாணங்களிலும் சற்று நேரம் மயங்கிப் போய் ராம்கோபால் கேட்ட கேள்விக்கு உடனே பதில் சொல்லவில்லை.

மறுபடி கேட்டார், 'என்ன, என் மகனைப் பத்திதானே.'

'ஆமா சார்!'

'இந்தத் தடவை என்ன?'

முத்து அவர் அருகில வந்து, 'பெண்' இதழின் விளம்பரத்தைக் காட்டினான்.

'பேப்பர்ல போடப்போறிங்களா, இதெல்லாம் தப்பாச்சேப்பா?'

'என்ன தப்பு?'

'லைபெல் ஸூட்டு போட்டா உங்க பேப்பர் தாங்கிக்குமா?'

'தாங்கிக்கணும் சார்!'

'இந்தப் பெண்ணு பேர் சித்ராவா?'

'ஆமா... உங்களுக்குத் தெரியுமா?'

'என்னவோ குமார்ன்னு ஒரு பையன் வேற வந்து பார்த்தாச்சு. பேசாம என் ஆபீஸ்

வாசல்ல, 'என் மகனைப் பற்றிப் புகாருடன் வரும் பெண் பிள்ளைகளும் அவர்களின் பெற்றோரும், உற்றோரும் மாலை மூன்று மணியிலிருந்து நான்கு வரை வந்து பார்க்கவும்'னு போர்டு போட்டுரலாம். உக்காரு. என்ன சாப்பிடறே?' என்று ரகசியமாக எதோ பொத்தானை அழுத்தி முத்துசாமியைத் தீர்க்கமான பார்வையால் அவனுடைய தைரியத்தின் எதிர்ப்பின் அகல நீளங்களை அளந்தார்.

'என்ன பாக்கறிங்க?'

'ஒண்ணுமில்லை. இந்த 'பெண்' ணுங்கறது நம்ம சுப்புரத்தினம் பத்திரிகைதானே?'

'இல்லைங்க. சேட்டுது!'

'அதில் நீ என்ன, எடிட்டரா?'

'இல்லைங்க. சும்மா நிருபர் மாதிரி. இன்னும் பர்மனெண்டாக்கூட வெக்காம, வேஜ் போர்டு வந்துரும்னு காண்ட்ராக்ட்ல வெச்சிருக்காரு.'

'அப்படியா? நான் சிமன்லால்ட்ட பேசறேன். அடிக்கடி அவனை ஜிம்கானால பார்க்கறதுண்டு.'

'நான் வந்தது அதுக்கில்லைங்க' என்றான் முத்துசாமி, சற்று சுருதி குறைந்து.

'ஓ யெஸ்! என் பையன் இல்லை? இத பாரு. எம் பையன் இந்தக் காரியம் செஞ்சிருக்கலாம். செய்யாம இருக்கலாம். அதைப்பத்தி எனக்குக் கவலையில்லை. ஆனா அஃபிஷியலா இதைப்பத்தி பொண்ணோட குடும்பத்தவங்ககிட்டே இருந்து எந்த கம்பளெயிண்ட்டும் இல்லை. போலீஸ்லயோ, பஞ்சாயத்திலயோ, அப்படித்தானே?'

'கம்பளெயிண்ட் கொடுக்கப் போறோம்!'

'சரி கொடுங்க. கொடுத்து அதை இன்வெஸ்டிகேட் பண்ணி அது உண்டு இல்லைன்னு ருசுவாக, அதுக்கப்புறம்தானே இந்த ஆர்ட்டிக்கிள் எழுதப் போறே?'

'அதுக்கு முன்னாடி எழுதினா?'

'அது பயங்கர லைபெல், நீ, உன் எடிட்டர், சிமன்லால் எல்லாரும் கோர்ட்டுக்கு வரணும். ஜெயிலுக்குப் போகவேண்டி

வரும், இல்லை அபராதம் கட்டவேண்டி வரும்... நான் லட்சக்கணக்கில் மான நஷ்டத்துக்கு ஸூட்டைப் போட்டுரு வேன். அதும் என் மகனுக்குக் கல்யாணம் நிச்சயமாயிருக்கிற சமயத்தில் அவன் குணத்தின்பேரில களங்கம் விளைவிக்கிற மாதிரியும் ஆர்கே ஹவுஸூக்கும் என் பார்ட்னருடைய குடும்பத் துக்கும் விரோதமும் மனக்கிலேசமும் ஏற்படறா மாதிரி...'

'போலீஸ் கேஸ் முடிஞ்சு அதுக்கப்புறம் கட்டுரைத் தொடர் எழுதினா?'

'தாராளமா ருசுவானதும் எழுதுங்க. கவலையில்லை! அதுக்குள்ற என் மகன் கல்யாணம் ஆகி, குழந்தை கூடப் பெத்துருவான்.'

முத்துசாமி மேசைமேல் இருக்கும் தந்த பால்பாயிண்ட்டை முன்னும் பின்னும் புரட்டுவதைப் பார்த்த ராம்கோபால், 'நல்லாருக்கில்ல, எடுத்துக்க' என்றார்.

முத்துசாமி, 'அது வந்து சார்... இதில் ஒரு பெண் விடுதலை இயக்கமும் சேர்ந்து போச்சு. அவங்கதான் முக்கியமா இதை எடுத்துக்கிட்டு முன் நடத்தணும்னு குறியா இருக்காங்க.'

'பார்ட்டி யாரு?'

'நித்யான்னு...'

'மிலிட்டிரிக்காரன் பொண்ணு; பேப்பர்ல எல்லாம் பொதுக் கூட்டம் பேசறதா வருதே!'

'ஆமாங்க!'

'அந்தப் பெண்ணையும் அழைச்சுட்டு வரலையா?'

'அவளுக்கு உங்க மகன்தான் இந்தக் காரியம் செஞ்சான்னு இதுவரைக்கும் சொல்லை.'

'சொல்லலை இல்லை? விட்டுரு!'

'அது எப்படிங்க? சாத்தியமில்லை. கஷ்டம். ரொம்ப இழுக்கடிச்சா அதுவே சொந்த முயற்சியாலேயே கண்டுபிடிச்சுரும்!'

'அப்ப ஒண்ணு செய்யி. அதைக் கூட்டிட்டு வா, பேசலாம்!'

முத்து யோசித்துப் பார்த்தான், 'நான் ஒண்ணு செய்யறங்க, சமாளிச்சுர்றங்க!'

'அதாவது...' என்று அவனை நிமிர்ந்து முழுசாக நிதானமாக பார்த்தார். பாக்கி வார்த்தைகளின் மௌனத்திலேயே கேள்வியின் மிச்சப் பகுதி தொக்கி நிற்க,

முத்து, 'ஆமாங்க' என்றான்.

'நல்ல துடியான பையன்! போறப்ப அக்கவுண்ட்ஸ் செக்ஷன்ல போய் ஆராமுதுன்னு ஒருத்தரைப் பார்த்துட்டுப் போ. அப்புறம் உன் பயோ டேட்டா பூராவையும் ஒரு காகிதத்தில் குறிச்சு வெச்சுட்டா அடுத்த முறை சிமன்லாலைப் பாக்கறபோது ஒரு வார்த்தை சொல்லி வைக்கறேன். நான் சொன்னா சேட்டு கேப்பான். எதாவது அஸிஸ்டண்ட் எடிட்டர் போஸ்ட் காலியா இருக்கா? என்ன பத்திரிகை இது.'

'பெண்' சார்! காலியிருக்கு.'

'சரி, நீ செய்து முடி. அதுக்கப்புறம் பார்க்கலாம். என்ன சொல்வே அந்த நித்யாகிட்ட?'

'கொஞ்சம் டீப்பா விசாரிச்சா கேஸு பயங்கரமாப் போவுது. அந்த பையன் சித்ரா எழுதின லவ் லெட்டர்ங்கள்ளாம் கட்டு கட்டா காட்டறான். இது ரேப்பு இல்லை, கீப்புன்னு சொல்லிட்டாப் போச்சு!'

'சபாஷ்! அதைத்தான் நானும் சஜெஸ்ட் பண்ணலாம்னுட்டு இருந்தேன்.'

முத்துசாமி அவர் கையை அழுத்திக் குலுக்கும்போது இன்று தனக்கு அதிர்ஷ்ட தினம் என்றுதான் எண்ணினான்.

'என்ன எழுதியிருக்குப்பா?'

அப்பா, பள்ளியின் பிரின்ஸிபால் கொடுத்த கடிதத்தைப் படித்துவிட்டு சித்ராவை நிமிர்ந்து பார்த்து, 'நாளைக்கு என்னை வந்து பார்க்கச் சொல்லியிருக்காம்மா.'

'எதுக்காம்?'

'தெரியலை... உங்கிட்ட எதாவது சொன்னாளோ?'

அம்மா இதற்குள் சேர்ந்துகொண்டு, 'போச்சு, மானம் போச்சு, என்னவோ பேப்பர்ல எல்லாம் வரப்போறதாமே? என்னடி இது!

உங்க வம்சம் என்ன? முதல் திருமாளிகைன்னு! என்னவோ பத்திரிகையெல்லாம் சொல்றா. போட்டோ வந்திருக்காம். கோதாவரி கொண்டுவந்து காட்டினா! அவ எடக்கா பேசறதும் நன்னால்லை! அய்யோ, பெருமாளே!'

'இரும்மா, புலம்பாதே!'

'கடுதாசில என்னன்னா எழுதியிருக்கு!'

'ஒண்ணும் இல்லை, பிரின்ஸிபால் என்னை வந்து பார்க்கச் சொல்லியிருக்கார்!'

விஜி உள்ளே வர, சட்டென்று எல்லோரும் மௌனமானார்கள்.

'என்ன மாமி?'

'த பார்ப்பா! இனிமே உன் சங்கதி வேண்டாம்னு எத்தனை தடவை சொல்றது? உம்பேச்சைக் கேட்டுட்டுத்தான் அல்லாடி சீரழியறேமே... பத்திரிகையில வரப்போறது தெரியுமோல் லியோ?'

'இல்லைம்மா, ஊர்ஜிதம் செய்யாம பொறுப்புள்ள பத்திரிகை யெல்லாம் போடமாட்டங்க! நான் விசாரிக்கிறேன். நான் திரும்பத் திரும்பச் சொல்லக் கேக்காம அவங்ககூட பேச்சுக் கொடுத்துட்டு...'

'த பாரு, இப்படிச் சொன்னன்னா எனக்கு என்னமா பத்திண்டு வரது தெரியுமா? அப்படியே ஓங்கி யாரையாவது முதுகில அறையணும் போல வரது...'

'என்னைத்தானே?'

'உன்னைத் தொட உரிமை இருக்கா? என்னவோ கெஞ்சிக் கேக்கலாம் காலி பண்ணிட்டுப் போயிடுன்னு...'

'மாமி, இந்த விவகாரத்தை சரிப்படுத்தாம நேர்ப்படுத்தாம நான் இந்த வீட்டைவிட்டுப் போறதா இல்லை! நான்தானே ஆரம் பிச்சுக் கொடுத்தேன். நல்லபடியா முடிச்சும் கொடுக்கறேன். மாமி, நீங்க விரக்தியில பேசறீங்க. உள்ளூற என் மேல வெறுப்பு இல்லை உங்களுக்கு. சித்ராவுக்கு எல்லாம் நல்லபடியா அமை யும். கவலைப்படாதீங்க. சித்ரா, நீ கவலைப்படாதம்மா!'

‘கவலைப்படாத கவலைப்படாதன்னு நடுக்கூடத்தில சொல்லிண்டிருக்கியே ஒழிய ஆக்ஷன்ல ஒண்ணையும் காணமே?’ என்றார் அப்பா.

விஜிக்கு சுருக்கென்றது. அவனால் என்ன செய்ய முடியும் என்பது சரியாகத் தெரியவில்லை.

‘பெண்’ அலுவலகத்துக்கு போன் பண்ணிப் பார்த்ததில் அவர்கள் கட்டுரை எப்போது தொடங்கும் என்று சரியாகச் சொல்லவில்லை. அந்தப் பெண் நித்யாவைப் பார்த்துவிட்டு வரலாம் என்று கிளம்பினால் அவள் செங்கல்பட்டு கூடடத்துக்குப் போயிருக்கிறாளாம். சித்ரா தன்னை ஏறிட்டுக்கூடப் பார்க்காமல் தன் அறைக்குச் சென்றது அவனுக்கு வருத்தமாக இருந்தது. சூர்யா உட்பட எல்லோரும் அவனை நடுக்கூடத்தில் தனியாக விட்டுவிட்டு விலகிவிட்டார்கள். சீனு மட்டும் அவனை நோக்கி, சென்றவார ஜம் பிஸ்கட்டு ஞாபகத்தில் வாலை ஆட்டிக் கொண்டிருக்க, ‘சீனு?’ என்று அதடடலாகக் குரல் கேட்க, அதுவும் இவனைப் புறக்கணித்துவிட்டு உள்ளே ஓடியது.

பெரிய கடிகாரத்தில் இன்னும் பள்ளி தொடங்கும் வேளை வரவில்லை. ஆயிரம் பெண்கள் ஓடி விளையாடிக் கொண்டிருக்க சித்ரா சுமதியைக் கண்டுபிடித்து, ‘சோமு! சோமு’ என்று அவளைக் கூப்பிட்டுக்கொண்டே மரத்தடி சிமெண்ட் பெஞ்சுக்குச் சென்றாள். சுமதி அவள் எனிமி தமிழரசியுடன் பேசிக்கொண்டிருந்தது இருக்கட்டும், சித்ராவைப் பார்த்ததும் அந்தப் பக்கம் திரும்பிக்கொண்டு, அவள் கூப்பிடவே இல்லை போல நடந்துகொண்டது வினோதமாக இருந்தது. தமிழரசி அவளைப் பார்த்ததும், ‘வா சித்ரா, பிக்னிக்கில என்ன ஆச்சு?’ என்றாள். சுமதி அவளை ஒரு முறை பார்த்துச் சிரிக்க...

‘ரெண்டு பேரும் உன்னை அழைச்சுட்டுப் போனாங்களா சித்ரா?’

சித்ராவுக்கு அருவருப்பாகவும் வருத்தமாகவும் இருந்தது. ‘சுமதி, நீ என் ஃப்ரெண்டுன்னு நினைச்சேன்’ என்றாள். சுமதி தத் என்று அழகு காட்டி அந்தப் பக்கம் திரும்பிக்கொண்டாள்.

சித்ரா வியப்புடன் ரொம்ப வருத்தத்துடன் கிளாஸ் வந்தபோது வகுப்பில் எல்லோரும் பேசிக்கொண்டிருந்தார்கள்.

சித்ராவைக் கண்டதும் சட்டென்று சுவிட்ச் போட்டாற்போல் எல்லோரும் பேசுவதை நிறுத்திவிட்டார்கள். அவள் உள்ளே

நடப்பதையும் தன்னுடைய இருக்கைக்குச் சென்று உட்காரு வதையும் அத்தனை பேரும் கண்கொட்டாமல் மௌனமாக பார்த்துக்கொண்டிருந்தார்கள். அவள் பெஞ்சில் ஓரத்தில் இருந்த பெண், அடுத்த பெஞ்சுக்குப்போய் உட்கார, சுமதி தமிழரசிக்குப் பக்கத்தில் போய் உட்கார்ந்தது சித்ராவுக்கு முதுகில் குத்தியது போல இருந்தது.

பானு டீச்சர் அட்டெண்டன்ஸ் எடுக்கும்போது சித்ராவின் பெயரைக் கூப்பிடாதது ஏன் என்று பானு டீச்சருக்கே சொல்லத் தெரியவில்லை. 'இரு சித்ரா, நான் போய் விசாரிச்சுண்டு வந்துர்றேன்' என்று புறப்பட்டவள், 'நீயும் வா என்கூட. பிரின்ஸி பாலைக் கேட்டுறலாம்' என்றாள். நடக்கும்போது அவள் ஸ்கர்ட்டைப் பிடித்து இழுத்தார்கள்.

பிரின்ஸிபால் அறையில் அப்பா காத்திருந்ததைப் பார்த்தாள் சித்ரா. பானு டீச்சர் உள்ளே போய்க் கேட்டதில், 'மிஸ்டர் ரெங்கசாமி! நீங்களும் வாங்க. உங்க பொண்ணுக்கு டி.ஸி. கொடுத்திருக்கோம்!'

'அப்டின்னா?'

'என்ன தெரியாத மாதிரி கேக்கறிங்க! இந்தப் பள்ளிக் கூடத்திலிருந்து நீக்கிவிட்டோம்.'

'ஏன், எதுக்கு?'

'மற்ற பேரன்ட்ஸ் அப்ஜெக்ட் பண்றாங்க. எக்கச்சக்க டெலிபோன் வந்துடுச்சு. இந்த மாதிரி பொண்ணு கிளாஸ்ல, ஏன், ஸ்கூல்ல இருந்தாலே அவங்க பொண்ணுங்களுக்குக் கெடுதல்னு. இந்தப் பள்ளி ரொம்ப மரியாதைப்பட்டதுன்னு உங்களுக்குத் தெரியும்! குண்டூசி திருடினாக்கூட பொண்ணைத் தொரத்திடுவோம். இந்த மாதிரி பாய்ஸ்கூடப் போய் நைட் இருந்துட்டு வந்த பொண்ணை டாலரேட் பண்ணவே முடியாது! நீங்க வேற ஸ்கூல்ல அட்மிட் பண்ணிக்கங்க! கார்ப்பரேஷன் ஸ்கூல்ல கேள்வியே கேக்கமாட்டாங்க. ஸ்டாண்டர்டும் நல்லாவே இருக்குது...'

17

மெதுவாகப் பள்ளியை விட்டு விலகி நடந்து சென்றபோது, சித்ராவுக்கு அழவேண்டும் போல இருந்தது. ‘கவலைப்படாதம்மா, இந்த ஸ்கூல் கரஸ்பாண்டெண்ட்டை எனக்குத் தெரியும். அவங்ககிட்ட சொல்லி மறுபடி சேர்த்துக்க ஏற்பாடு செய்துரலாம். இந்த ஸ்கூல் இல்லைன்னா வேற கிடையாதா? ஃபர்ஸ்ட் கிளாஸா நம்ம தெருக்கோடியிலய திறந்து வெச்சிருக்கா, தெரியுமோல்லியோ?’

‘அப்பா, அம்மாகிட்ட எப்ப்டிப்பா சொல்லப் போறிங்க?’

‘அம்மாகிட்ட சொல்லாதே. அவளால தாங் கிக்க முடியாது. ரொம்பச் சத்தம் போடுவா.’

‘என்னப்பா அநியாயம் இது? நான் என்ன தப்பு செஞ்சேன்னு என்னைப் போச்சொல் லிட்டா?’

‘கவலைப்படாதம்மா, இந்த ஸ்கூல்மேல கேஸ் போட்டுரலாம். எனக்குத் தெரிஞ்ச வக்கீல் ஒருத்தன் இருக்கான். அவன்கிட்ட சொன்னா கலக்கிப்புடுவான் கலக்கி!’

அப்பாவின் வீறாப்பு வாக்கியங்கள் எல்லாம் அவருக்கேகூட நம்பிக்கையில்லாமல்

சோகையாகத்தான் ஒலித்தன. சித்ராவுக்குப் பிரமை பிடித்தாற் போல இருந்தது. அம்மாவிடம் சொல்லித்தான் ஆகவேண்டும்; சொல்லி இப்போதே ஆரம்பித்திலேயே இடி முழக்கத்தைச் சமாளித்துவிட வேண்டும். ஒத்திப்போட்டால் இன்னம் சத்தம் போடுவாள். சித்ராவுக்கு இப்போது எதிலும் கவலையோ அர்த்தமோ இல்லாமல் போய்விட்டது. ஸ்கூலைவிட்டுத் தள்ளினால் என்ன? போனால் போகட்டும்! சுமதி பேசாவிட்டால் என்ன? அம்மா திட்டினால் என்ன? அப்பா கேஸ் போட்டால் என்ன? டெலிவிஷனில் அவளுக்குப் பிடித்தமான காட்சி வந்தால் என்ன? சீனு அவளை நோக்கி வாலை வேக வேகமாக ஆட்டினால் என்ன?

வீட்டுக்கு வந்து வாசல் திண்ணையில் வெற்றுப் பார்வை பார்த்துக்கொண்டு உட்கார்ந்திருக்க விஜி வந்து, 'என்ன சித்ரா இங்க உட்கார்ந்திருக்கே? ஏன், என்ன ஆச்சு?'

'என்னை ஸ்கூல்லருந்து தள்ளிட்டா விஜி சார்...'

'தள்ளிட்டாளா, என்னது! எதுக்காக?'

'அதுக்காகத்தான்! நான் அந்த ஸ்கூல்ல இருந்தா மத்த பெண்கள் எல்லாம் கெட்டுப் போயிடுவாளாம்.'

'நான்சென்ஸ். நான் இப்பவே போயி...'

'இப்ப ஸ்கூல் மூடியிருக்கும்.'

'யாரு பிரின்ஸிபால்?'

'யாரா இருந்தா என்ன?'

உள்ளேயிருந்து அம்மா, 'அவனோட என்னடி பேச்சு வேண்டியிருக்கு? ஏற்கெனவே எல்லாத்தையும் தோத்துட்டு வந்து நிக்கறே. பள்ளிக்கூடத்தில இருந்து துரத்தியாச்சு. உன்னை இனிமே கரும்புள்ளி செம்புள்ளி குத்தி அனுப்பாத குறை... டி.சியை வாங்கிண்டு வந்து நிக்கறது பிராமணன்! த பாருப்பா விஜி. நீ இந்த வீட்டைக் காலி பண்ணா போறும்.'

'த பாருங்க மாமி! சும்மா காலி பண்ணு காலி பண்ணுன்னு சொல்றதில அர்த்தமே இல்லை... சித்ராவுக்கு ஏற்பட்ட களங்கத்துக்கு நான்தான் காரணம்னு நீங்க சொல்றதால, அது விலகற

வரைக்கும் நான் இந்த வீட்டை விட்டுப் போகமாட்டேன். சும்மா சும்மா கத்தாதிங்க.'

அம்மா பெரிசாக மூச்சுவிட ஆரம்பித்தாள். 'பேசாம இந்த ஊரை விட்டே வேற ஊருக்கு, பம்பாய்க்கோ, டெல்லிக்கோ, போயிட்டாத்தான் நமக்கு விமோசன காலம் சித்ரா! இத பாரு, கொஞ்ச நாளைக்கு வெளில தலையைக் காட்டக்கூடாது. ஆத்துக் குள்ளயே போறும்... பாழாப் போற டி.வி.யும் புஸ்தகமும்! வாடி உள்ள!'

சித்ரா அசையாமல் உட்கார்ந்திருக்க,

'ஏ மூதேவி! சொல்றது காதில கேக்கலையா?'

'திட்டாதீங்க மாமி... அது என்ன பாவம் பண்ணித்து?'

சித்ரா மெல்ல மெல்ல எழுந்து அம்மாவைப் பார்க்காமல் உள்ளே போய்த் தன் அறைக்குச் சென்று கதவைத் தாளிட்டுக் கொண்டாள்.

அந்த ஹாலின் ரத்தினக் கம்பளம் தெரியாதவாறு அத்தனைபேர் குழுமியிருந்தார்கள். அவர்களிடையே சுறுசுறுப்பான மயில் போல வினோத்தின் அம்மா ஊடாடிக்கொண்டிருக்க, ராம் கோபால் கையில் ஸ்காட்ச் கோப்பை வைத்துக்கொண்டு மற்றொரு கையில் பைப் வைத்துக்கொண்டு பற்பல திசைகளில் காட்டிக்கொண்டு தீவிரமாகத் தர்மலிங்கத்துடன் அடிக்கடி தோளில் கை போட்டுப் பேசிக்கொண்டிருக்க, மிஸஸ் தர்ம லிங்கம் கழுத்தில் வைரப்பட்டை அணிந்து நாசுக்காகச் சிரித்துக் கொண்டு ஒஸ்தி நாய்க்குட்டி போல இருந்தாள். இடுப்பில் ரத்தப்பட்டை பட்டிய வெயிட்டர்கள் சீஸ் பகோடா, சிக்கன் பகோடா என்று தட்டுத்தட்டாகத் திரிந்துகொண்டிருக்க, காக்டெ யில் பார்ட்டி என்கிற வகையில் சாப்பாட்டுக்கு முன்பு அவர்கள் குடித்துவிட்டு வந்து சாப்பிட டேபிள் நிறைய அயிட்டங்கள் காத்திருந்தன. புலவரிசியில் முந்திரியும், திராட்சையும் நெய்யில் வறுக்கப்பட்டு விழித்துக் கொண்டிருக்க, வெண்ணையைக் கூடப் பூ வடிவத்தில் அலங்கரித்திருக்க, ஸாலடில் க்ரீம் போல மிதந்து காரட்டின் சிவப்பை லேசாகக் காட்ட, தேர்ந்தெடுக்கப் பட்ட சிக்கன் துண்டங்கள் நெய் ரோஸ்டில் மிதந்து ஸ்பிரிட் அடுப்புகளில் வேசாக ஆவி அடித்துக்கொண்டிருக்க, கபாப், கோஃப்தா, பதினாறு வகைக் காய்கறிகள், பத்துவகை புட்டிங்,

காரட் அல்வா, ஐஸ்க்ரீம், ஃப்ரூட் ஸாலட் என்று அங்கிருந்த வர்களுக்குப் பத்து மடங்கு சாப்பாடு காத்திருந்தது.

ரஞ்சனி, ப்ராகேட் ஸாரியில் ஜரிகைத் தேர்போல மிதந்தாள். அவ்வப்போது ஜாக்கிரதையாகச் சிரித்தாள். அவள் கழுத்தில் ராம்கோபாலின் வைரமும் தர்மலிங்கத்தின் வைரமும் போட்டி போட, நகைகளில் ஆணிப் பொன் நாற்பத்து நாலு காரட் தங்கம் ஜொலிக்க மெல்ல மெல்ல அவள் நடந்து வர, 'லேடிஸ் அண்ட் ஜெண்டில்மென்! கொஞ்சம் குடிக்கிறதை நிறுத்தினிங்கன்னா ஒரு சந்தோஷச் செய்தியைக் கேக்கலாம்' என்று ராம்கோபால் மௌனத்தைப் பெற்றுக்கொண்டு, 'நானும் தர்மலிங்கமும் பார்ட்னர்ஸ்ங்கறது உங்க எல்லாருக்குமே தெரியும். ஏஸ் இண்டஸ்ட்ரிஸ் எங்க ரெண்டு பேரோட திறமைக்குறைவையும் மீறி எப்படியோ இவ்வளவு பிரம்மாண்டமாயிருச்சு. ரெண்டு பேருக்கும் இருக்கிற பணம் பத்தாதுன்னுட்டு ஆபீஸ் உறவு பத்தாதுன்னுட்டு வீடுங்கள்லயும் உறவு வெச்சுக்க விரும்ப றோம். என் பையன் வினோத்தை உங்களுக்குத் தெரியும். தர்மலிங்கத்தின் மக ரஞ்சனியையும் உங்களுக்குத் தெரியும். ரெண்டு பேருக்கும் கல்யாணம் பண்ணி வெக்கறதுன்னு முடிவு பண்ணி, அதை அறிவிக்கத்தான் இந்த பார்ட்டி!'

ஹால் முழுவதும் ஆரவாரமாக கைதட்டல் கேட்க, 'பையனைப் பார்க்கணும்!'

பையன் எங்கே! 'வினோத்! வினோத்!'

வினோத்தின் அம்மா அவசரமாக வினோத்தின் அறைக்குள் நுழைந்தாள்.

வினோத் வாயில் சிகரெட் பொருத்திக்கொண்டு லுங்கி பனியனில் இருந்தான். படுக்கையில் பாதி சாய்ந்துகொண்டு, 'காஸ்மாஸ்' படித்துக்கொண்டிருந்தான்.

'என்ன வினோத் இது? நீ இன்னம் ரெடியாகலியா?'

'எதுக்கு? கீழ என்ன சத்தம்?'

'என்னடாது! உனக்குத் தெரியாதா... உனக்கும் ரஞ்சினிக்கும் கல்யாணத்தை அப்பா அறிவிக்கப்போறார்ன்னு...'

'அறிவிச்சாச்சா?'

'ஆச்சு! எல்லாம் உன்னைக் கேக்கறாங்க... ப்ளீஸ்! கண்ணோல் லியோ! ஒரு நிமிஷம் வந்துட்டுப் போடா கண்ணா!'

'அந்தப் பொண்ணு வந்திருக்கா?'

'வந்திருக்கா! பாத்தன்னா அசந்துபோயிருவே, ஏஞ்சல் மாதிரி இருக்குது.'

'அந்தப் பொண்ணுகூட நான் பேசணும், அதை அனுப்பு!'

'அப்றம்! கெஸ்ட்டுங்கள்லாம் போனப்புறம் பேசலாம். நீ வந்து உன் முகத்தைக் காட்டிட்டுப் போயிரு.'

'சரி வா, போகலாம்.'

'இப்படியேவா! லுங்கி பனியனோடயா? சே! சிரிப்பாங்க ஸன். வேர் ஸம்திங் டீஸண்ட்! பார்ட்டி உனக்குத்தாண்டா... வேண் டாண்டா! இந்த ஜீன்ஸ் பாண்ட் வேண்டாண்டா. ரொம்ப அழுக்கா இருக்கு. டெர்லின் பாண்ட் எத்தனை இருக்குது...'

'த பாரு, நான் என்ன பாண்ட் உடுத்திக்கணும், என்ன பேசணும்னு எல்லாம் ஆரம்பிச்சிங்க நா வரவே மாட்டேன்!'

அம்மா அலுப்புடன், 'சரி. சரி. எதையாவது உடுத்திக்கிட்டு வந்தா சரி!'

மாடிப்படியிலிருந்து மெல்ல வினோத் இறங்கி வருவதைக் கவனித்த கூட்டம் மௌனமாகிவிட்டது. கொஞ்சம் தயக்கத் துக்குப் பிறகு, அவன் கலைந்த தலையும், தூக்கக் கண்களும், சாயம் போன ஜீன்ஸும், வலை பனியனும் தந்த அதிர்ச்சி நீங்கின தும் கைதட்டல் கேட்டது. 'கம் ஸன்! மீட் அவர் ஃபிரண்ட்ஸ்!' என்றார் ராம்கோபால். அவரைக் கவனிக்காமல் ஓரத்தில் வைர ஜொலிப்பும் லிப்ஸ்டிக் பவழமும் வெல்வெட் மார்புமாக நின்றுகொண்டிருந்த ரஞ்சினியை நோக்கி நேராக நடந்தான். செல்கையில் ஒரு தட்டிலிருந்து ஸ்காட்ச் கோப்பை ஒன்றைப் பறித்துக்கொண்டான். ரஞ்சனியின் அருகில் வர, அவள் சற்றே பயத்துடன் அவனை நிமிர்ந்து பார்க்க,

'நீதானா ரஞ்சனி?' என்றான்.

'டாலி, திஸ் இஸ் வினோத்!' என்று அவன் தாய் அறிமுகப்படுத்த, 'ஹாய்!' என்றாள் ஹீனமாக.

'உங்கூட பேசணுமே... வாசலுக்கு வரியா?'

ரஞ்சனி, அம்மாவைப் பார்த்தாள், 'போய்ட்டு வா டாலி... வினோத் உன் புருஷன்தானே.'

வினோத் மெல்ல அவளைக் கூட்டத்தினூடே செலுத்திக் கொண்டு சென்றான். அவர்கள் இருவரும் வெளியே செல் வதைக் கூட்டம் சந்தோஷத்துடன் பார்த்துக்கொண்டிருக்க, வீட்டு வாசலில் இருளின் மௌனத்தில் கார் கார் கார் என்று தெருக்கோடி வரை வாகனங்கள் காத்திருக்க, வினோத், 'மிஸ் ரஞ்சினி தர்மலிங்கம்! என்னைக் கல்யாணம் பண்ணிக்கப்போற இல்லை? என் எதிர்கால மனைவி இல்லை நீ? குட்!'

மௌனமாக அவனைக் கவனித்தாள். அவள் ஏறக்குறைய வினோத்தின் உயரமே இருந்தாள். புடைவை அணிந்து பழக்க மில்லாததால் கண்ட கண்ட இடங்களில் சரிந்தது-

'நகைக்கடை பொம்மை மாதிரி இருக்க! இதெல்லாம் வைரமா?'

அவன் கழுத்தின் நெக்லஸை நிரடினான். 'பயப்படாதே ஒண் ணும் பண்ணமாட்டேன்.'

மௌனம்தான்.

'என்னைக் கல்யாணம் பண்ணிக்க உனக்கு இஷ்டமா... அம்மா கேட்டாங்களா?'

'ஆம்' என்று தலையாட்டினாள். சற்று நேரத்தில், 'உனக்கு?' என்றாள்.

'என்னைப்பத்தி ஏதாவது உனக்குத் தெரியுமா?'

'ம்ஹூம்' என்று வைரம் ஜொலிக்கத் தலையாட்டினாள்.

'நான் படிப்(பப்)பை பாதில நிறுத்தினவன். சிகரெட் குடிப்பேன். பாட் பிடிப்பேன். ஜாயிண்ட அடிப்பேன்.'

'ஜாயிண்ட்னா?'

'ஓப்பியம் மரியுவானா கஞ்சா அபினி எல்லாம் பாத்திருக்கேன். ப்ராஸ்டிட்யூட்ஸ்கிட்ட போயிருக்கேன். பத்து பொண்ணுங் களை சட்டையைக் கிழிச்சு போட்டோ எடுத்திருக்கேன். ஆல்பம் வெச்சிருக்கேன். இப்பவே பாக்கறியா, கல்யாணம் ஆன பிறகு பார்க்கறியா. ஏன்னா, எனக்கு எதையும் மறைக்க விருப்ப மில்லை!

எப்பேர்ப்பட்ட ஆண்பிள்ளையை நீ கல்யாணம் பண்ணிக்க றேன்னு தெளிவா தெரிஞ்சுக்க. எப்பேர்ப்பட்ட தேவடியா மகனைக் கல்யாணம் செஞ்சுக்கப் போறேன்னு பளிச்சுன்னு புரிஞ்சுக்க! த பாரு! இந்தக் கல்யாணம் அப்பாங்களுக்குள்ள கல்யாணம். ரெண்டு பேருக்கும் நாத்தம் அடிக்கறவரைக்கும் பணம் இருக்குது. அதை ஏழைங்களுக்கோ, சாரிட்டிக்கோ கொடுக்க விருப்பமில்லை. பணம் பணத்தை உண்டு பண்ணும். அது பெரும் பூதம். கிருஷ்ணமூர்த்தி லெக்சர்ஸ் படிச்சுப் பாரு. பணம், சேர்த்த சொத்து, கார்ப்பரேட் ராஜ்யம் கைவிட்டுப் போகாதிருக்க அவங்க பெரியவங்க சௌகரியத்துக்கு இந்தக் கல்யாணம். எனக்கு கல்யாணம் பண்ணிக்க இஷ்டம்தான். என்ன போவுது, வீட்டில உன்னப் படுக்கவெச்சு, ஹனிமூன்லயே கர்ப்பமாக்கிட்டு, பத்து மாசத்தில் புள்ளை பெத்து, ஆயா போட்டுரலாம். வம்சம் விளங்கும்! நீ சோம்பேறித்தனமா தோட்டத்துல உக்காந்துகிட்டு நெயில் பாலிஷ் போட்டுக்கிட லாம். ஊஞ்சலாடலாம். நான் டீ ஷர்ட்டு போட்டுக்கிட்டு பக்கத்தில நிற்க, காபி விளம்பரம் மாதிரி வாழ்க்கை நடத்தலாம்! எனக்கு ஆட்சேபணை இல்லை. ஆனா, என்னால அந்தக் குணத்தை மாத்திக்க முடியாது. கல்யாணம் ஆன பிற்பாடு விசுவாசமா வீட்டில் இருப்பன்னு உத்தரவாதம் இல்லை. அதனால கல்யாணத்துக்கு முந்தி உன்னை ஏமாத்திக் கல்யாணம் பண்ணிக்கிட்டன்னு கூடாது. எல்லாம் தெரிஞ்சிருந்தும் கல்யாணம் பண்ணிக்கிறதா நீ சம்மதிச்சன்னா, அது முழுக்க முழுக்க உன் குற்றம்தான். உன் தப்புத்தான். இப்பவே சொல்லி யாச்சு. உள்ள போகலாமா?' என்றான்.

அந்தப் பெண் பிரமித்துப்போய் சற்று நேரம் நின்று கொண்டி ருக்க, வினோத் அவளுக்காகக் காத்திருந்தான்.

'என்ன நின்னுட்ட?'

'நான் உள்ள வரலை. எங்கம்மாவை இங்கே வரச்சொல்லு.' என்றாள்.

வினோத் உள்ளே நிதானமாக நுழைந்து அந்தக் கலகலப்பில் கலந்துகொண்டு ரஞ்சனி அம்மாவிடம், 'ஒரு நிமிஷம்...'

'என்ன மாப்பிள்ளை?'

'உங்க பொண்ணு உங்களைக் கூப்பிடறா!'

இரவு உள் அறையில் தனியாகப் படுத்திருந்த சித்ராவின் கண்ணோரத்தில் நீர் வழிய ரொம்ப நேரம் அலமாரியைப் பார்த்துக்கொண்டிருந்தாள்.

'மூதேவி மூதேவி. தோத்துட்டு வந்து நிக்கறது பாரு. குடும்பத்துக்கே ஒரு களங்கம் மாதிரி. சனியனே! பொறக்கற போதே செவ்வா தோஷம்! களத்திர ஜாதகம்! போறாததுக்கு பொறக்கறப்பவே அப்பனை முழுங்க இருந்தது! மூதேவி மூதேவி!'

அம்மா ஹாலில் புலம்பிக்கொண்டிருந்ததை நிறுத்திவிட்டு விளக்கணைத்ததும் சித்ரா சப்தம் போடாமல் எழுந்து அலமாரிக்குப் போய் அந்த மருந்து சீசாவை எடுத்து அதன் குப்பியைத் திறந்து அதன் அடக்கம் அத்தனையும் வாயில் கொட்டிக்கொண்டு கபக்கென்று விழுங்கினாள்.

18

விஜி தன்னுடைய அறையில் படுத்திருக்கும் போது தூக்கமில்லாமல் புரண்டான். என்னவோ தெரியவில்லை. உடம்பெல்லாம் பதற்றமாக இருந்தது. சித்ராவுக்கு நிகழ்ந்ததற்குத் தான்தான் காரணம் என்ற குற்ற உணர்வு அவனை விட்டு அகலவே இல்லை. இப்படி நிகழும் என்று எதிர்பார்த்திருக்கவே முடியாதுதான். இருந்தும் அவளுக்கு எப்படிச் சமாதானம் சொல்வது? காலம்தான் மெல்ல மெல்ல அந்த நினைவுகளை நீக்கவேண்டும் என்றெல்லாம் எண்ணிக் கொண்டிருக்க, பல முறை படுக்கையில் புரண்டு படுத்துவிட்டான். தூக்கம் வராததால் சற்று தூரம் நடந்துவிட்டு வரலாம் என்று கடிகாரத்தை விளக்கு போட்டுப் பார்த்துக் கொண்டான். வாசற்கதவைத் திறந்துகொண்டு வெளியே வந்தபோது சித்ராவின் அறையிலிருந்து லேசாக ஒரு விவரிக்க முடியாத சப்தம் கேட்க, சட்டென்று அங்கே போய் சன்னல் வழியாக எட்டிப் பார்த்தான். சித்ரா தெரியவில்லை. இருட்டாகத்தான் இருந்தது.

இருப்பினும், அந்த சப்தம் ஒருமாதிரி மூச்சுத் திணறுகிறாற்போல அல்லது வாந்தியெடுக்க முயற்சி செய்வது போல வினோதமாகத்தான் இருந்தது. உடனே தன் அறைக்குள் போய் கதவை இடித்து, 'மாமி! மாமி! மாமி! மாமா! சூர்யா, எழுந்திருங்கோ' என்று அலறினான்.

அவர்கள் திடுக்கிட்டு எழுந்து விஷயமறிந்து சித்ராவின் அறைக் கதவை உடைத்துத் திறந்தபோது சித்ரா மயக்கத்தில் இருந்தாள். அலமாரியில் மூடி கழற்றி ஒரு முழு பாட்டில் மூட்டைப்பூச்சி மருந்து, விஜி வாங்கி வந்தது காலியாக இருந்தது.

'ஐயோ, ஐயோ!' என்று மாமி மார்பில் இரண்டு கைகளாலும் அடித்துக்கொள்ள, சூர்யா திகிலில் அப்பாவைக் கட்டிக் கொள்ள, அப்பா பதற்றத்தில் தடுக்கி விழ, சீனு குரைக்க, விஜிதான் ஓடிப் போய் டாக்ஸி கொண்டுவந்தான். பக்கத்திலிருந்த பாலிகிளினிக் குக்கு அழைத்துப்போனால், போலீஸ் கேஸ் என்று ராயப் பேட்டை ஆஸ்பத்திரிக்குப் போகச் சொன்னார்கள்.

எனவே, சாரதம்மாவின் கிளினிக்குக்கு ஓடினான். மாடியிலிருந்து அவள் எழுந்து வரப் பத்து நிமிஷம் ஆனாலும் உடனே செயல் பட்டாள். வலிப்பு வந்ததா என்று கேட்டாள். கண்ணைப் பார்த்தாள். 'பிழைச்சா வீட்டுக்கு அழைச்சுட்டு போயிருங்க. பொழைக்கலைன்னா ராயப்பேட்டை ஆஸ்பத்திரிக்கு அழைச்சுட்டுப் போயிருங்க. அப்புறம் காம்ப்பிளிகேஷன்ஸ் வரக்கூடாது. கொஞ்சம் எல்லாரும் வெளியே இருங்க. என்ன? மிஸ்டர் விஜயகுமார், இவ்வளவு தற்கொலை பண்ணிக்கிற அளவுக்கு!' என்று பதிலுக்குக் காத்திராமல் உள்ளே செல்ல, விஜி வாசல் அறையில் காத்திருந்தபோது மாமி புடைவையால் வாயைப் பொத்திக்கொண்டு அவனைப் பார்க்காமல் நிதானமாக விசித்து விசித்து அழுதுகொண்டிருக்க, 'அழாதம்மா அழாதம்மா' என்று சூர்யா அடிக்கடி சொல்லிக்கொண்டு தானும் அழுதுகொண்டிருக்க, அப்பா ஒரு திசையில் குற்ற பாவத்துடன் பார்த்துக்கொண்டிருக்க, விஜி கை நகங்களையெல்லாம் கடித்துக்கொண்டு கந்தரலங்காரம் சொல்லிக்கொண்டிருந்தான். உள்ளே சித்ரா முனகும் சப்தம் கேட்க, 'உயிர் இருக்கிறது. உயிர் இருக்கிறது' என்று சொல்லிக்கொண்டான். நல்லவேளை!

எட்டிப் பார்க்காமல் இருக்க முடியவில்லை.

தூக்கமிழந்த சாரதம்மாள் தன் நர்ஸுடன் பேசிக்கொண்டே நிதானமாக, 'இருவது இன்ச்சில மார்க் போட்டுக்கிட்டு சுத்தியும் எண்ணெய் தடவி, குழாயை நாக்கை அழுத்தி உள்ளே விட்டுட்டு, த பாரு இந்த மாதிரி காஸ்ட்ரிக் லாவேஜ் முதல்ல செய்துரு...'

'கடவுளே! பிழைக்க வை. செந்தூருக்கு வருகிறேன். எல்லாக் கோயில்களுக்கும் வருகிறேன்!'

சாராதம்மா வெளியே வந்தபோது கையை துடைத்துக்கொண்டு 'தக்க சமயத்தில் கொண்டு வந்ததாலே பிழைச்சிருக்கா. ஏன், என்ன ஆச்சு? ரொம்ப திட்டினீங்களாம்மா?'

'ஐயோ, இல்லைம்மா! பள்ளிக்கூடத்தில் வேண்டாம்னு சீட்டைக் கிழிச்சு அனுப்பிச்சுட்டா, அப்புறம்...'

'இந்தப் பெண்ணை இவர்தான் முதல்ல கொண்டுவந்தார். ஞாபக மிருக்கு. என்ன ஆச்சு மிஸ்டர்? இவங்கதான் பேரண்ட்ஸா?'

'ஆமா டாக்டர்!'

'ஏன் சூஸைடு வரைக்கும் போயிருச்சு இந்தப் பொண்ணு?'

'முதல்ல ஸ்கூல்ல, வீட்டில, எங்க பார்த்தாலும் திட்டு! ஸ்கூல்ல எக்ஸ்பெல் பண்ணிட்டாங்க! வீட்டில் இந்தம்மா (ஒ)ஓயாத புலம்பல்.'

'த பாருங்கம்மா, எதுக்காம்மா இந்தப் பொண்ணைத் திட்னிங்க! என்ன ஆயிருச்சு பாருங்க! இப்பக்கூட கண் விழிச்சதும் 'நான் போறேன், நான் போறேன்னு'தான் சொல்லுது! பெற்றோர் களுக்குப் பிள்ளைங்களை மனம் புண்படாம வெச்சுக்கிற கடமை இருக்கில்லைங்களா! உயிர் போனா திரும்பப் பெற முடியுமா, சொல்லுங்க... எதுக்குத் திட்டினீங்க?'

அம்மா உள்ளே போய், 'என் கண்ணே சித்ரா, என் செல்லமே, என்னடி இப்டிப் பண்ணிட்ட?' என்று அலற, விஜி மெல்ல உள்ளே எட்டிப் பார்த்தான். சித்ரா விழித்துக்கொண்டுதான் இருந்தாள். கையில் ட்ரிப்புக்காக ஊசி செருகியிருக்க, விஜியைப் பார்த்ததும் லேசாகச் சிரித்தாள்.

'என்னடி கண்ணு, இப்டிப் பண்ணிட்ட! என்னடிது?'

'விஜி சார், கிட்ட வாங்கோ...'

அவள் அம்மா கூவுவதையெல்லாம் கவனிக்காமல் விஜி வரு வதையே கவனித்துக்கொண்டிருந்தாள். அவன் அருகில் வந்ததும் 'நான் எதுக்கு இருக்கணும்?'

'அப்டியெல்லாம் சொல்லக்கூடாது சித்ரா.'

'ஸ்கூல்ல வேணாம்னுட்டா, ஆத்திலயும் வேணாம்னுட்டா. நான் எதுக்கு இருக்கணும்?' என்றாள். கண்களிலிருந்து கண்ணீர்க் கோடு படுக்கையை நனைத்தது.

'நான் எதுக்கு இருக்கணும்? எனக்கு யார் இருக்கா? என்னை யார் கல்யாணம் பண்ணிப்பா?'

'இந்த மாதிரியெல்லாம் பேசக்கூடாது!'

'பேப்பர்ல போட்டோ வந்துரும். என்னைப் பத்திப் பேசி எல்லாரும் சிரிப்பா. எனக்குக் கல்யாணம் ஆகாது. அதனால் சூர்யாவுக்குக் கல்யாணம் ஆகாது!'

'ஏம்மா, இந்தப் பொண்ணுகிட்டல்லாம் கல்யாணம் ஆகாது! கல்யாணம் ஆகாதுன்னு பெரியவங்க பேச்செல்லாம் பேசிக் கிட்டு' என்று சாரதம்மா தாயை நோக்கி அதட்டினாள்.

'எங்க கொண்டு விட்டுருச்சு பாருங்க! திருப்பித் திருப்பி என்னைக் கல்யாணம் பண்ணிக்கமாட்டா, என்னை யாரும் கல்யாணம் பண்ணிக்கமாட்டானு கண்முழிச்சதில இருந்து பேசிக்கிட்டு இருக்கு.'

விஜி அவளருகில் சென்று அவள் வலது கையைப் பற்றிக் கொண்டான்; 'சித்ரா நீ கவலைப்படாதே, நான் இருக்கேன். நான் உன்னைக் கல்யாணம் பண்ணிக்கறேன்! த பாரு, உங்கப்பா அம்மா டாக்டர் எல்லார் முன்னாலயும் சத்தியம் அடிச்சுச் சொல்றேன்! உன்னை நான் கல்யாணம் பண்ணிக்கறேன்!'

'நிச்சயமாவா!' என்றாள் சித்ரா.

'ஆமாம் சித்ரா, நிச்சயமா! அதைப் பத்தி நீ கவலைப்படவே வேண்டாம்!'

'அந்தப் பையங்க என்னைக் கெடுத்துட்டான்னு தெரிஞ்சுமா?'

'அதெல்லாம் ஒண்ணுமே நடக்கலை சித்ரா! எல்லாம் கனா மாதிரி. அப்படி நடந்திருந்தாலும் எனக்குக் கவலையில்லை. கவலையே இல்லை.'

டாக்டர் சாரதம்மா சித்ராவின் அருகில் வந்து அவள் கன்னத்தைத் தடவி, 'புவர் சைல்ட்... த பாரு! இவர் சொன்னார் பாத்தியா. கல்யாணத்தைப் பத்திக் கவலையே படாதே. இவர் உன்னைக் கல்யாணம் பண்ணிப்பார்! ரெடியா இருக்கார்! இவர் மாதிரி எத்தனையோ பேர் உன்னைக் கல்யாணம் பண்ணிக்கத் தயாரா இருக்காங்க! அதனால இனிமே பைத்தியக்காரத்தனமா எதாவது செய்யாத! உயிர்ங்கறது உனக்குக் கிடைச்சிருக்கிற விலை மதிப்பில்லாத சொத்து. ஒரே ஒரு முத்துப் போல சொத்து! அதைப்

போய் இந்தமாதிரி சின்ன விஷயங்களுக்கெல்லாம் பறி கொடுக்கறது முட்டாள்தனம்!'

'எனக்குக் கல்யாணம் ஆகுமா?'

'காத்திருக்காரே மாப்பிள்ளை!', அம்மாவிடம் 'பாத்திங்களா! எவ்வளவு தூரத்துக்கு அதை ஒரு அப்ஸெஷனாப் பண்ணி வெச்சிருக்கீங்க பாத்திங்களா! நல்லவேளை, இவர் இந்த சமயத்தில் டிராமாட்டிக்கா நான் கல்யாணம் பண்ணிக்கறேன்னு சமாதானம் சொன்னது...'

'டாக்டர், ஐ மீன் இட்! நான் சொன்னது சமாதானத்துக்கு இல்லை!'

'தட்ஸ் யுவர் ப்ராப்ளம்! என்னைப் பொருத்தவரையில் இவளைப் பிழைக்க வச்சாச்சு! இந்த முயற்சியைப் பத்தி வெளியே பேசவே பேசாதிங்க. போலீஸ்காரங்க காதில விழாம பார்த்துக்கறது நல்லது. பாருங்கம்மா! பொண்ணை ஏதும் சொல்லாதிங்க, அதும் திருப்பித் திருப்பிக் கல்யாணம் ஆகாது உனக்கு, கல்யாணம் ஆகாது உனக்குன்னு சங்கு ஊதாதிங்க!'

'ஐயோ! என் செல்லத்தைப் பொழைக்க வெச்சியேம்மா! நீ நல்லா இருக்கணும். நான் இனிமே வாயைத் திறப்பேனா! இவர்தான் வாயைத் திறப்பாரா!'

'இவருக்கு நன்றி சொல்லுங்க. தக்க சமயத்தில கூட்டிட்டு வந்ததுக்கு!'

'என்னவோ தற்செயலா எந்திரிச்சேங்க, ரூம்ல முனகறா மாதிரி சப்தம் கேட்டது...'

'தற்செயலா இல்லைங்க. உங்களுக்கு உள்ளூர இந்தப் பெண்ணு மேல அக்கறை! அதனால இதுக்கு இந்த மாதிரி ஒரு பயங்கரம் நிகழறதுக்கு முந்தி முழிப்பு கண்டுடுத்து!'

அம்மா முதல் முறையா விஜியைப் பார்த்து நன்றியுடன், 'விஜி, நல்ல காரியம் பண்ணப்பா' என்றாள்.

'ஒன்பதரை பத்து மணி சுமாருக்கு வந்து அழைச்சிண்டு போயிடுங்க, சரியாயிடும்.'

சாரதம்மாவின் கிளினிக்கை விட்டு வருகையில் விடிந்துவிட்டது. எதிர்த்தாற்போல ஒரு ஓட்டலில் காபி டிபன் வாங்கிக்

கொடுத்து, பில்லை சண்டை போட்டுத் தான் கொடுத்துவிட்டு, மூவரையும் டாக்ஸி வைத்து வீட்டுக்கு அழைத்துச் சென்று, கிளினிக்குக்கு மறுபடி சென்று, வராந்தா பெஞ்சில் காத்திருந்த போது, விஜிக்கு உற்சாகமாக இருந்தது.

அவசரத்துக்குச் சொன்ன வார்த்தைகள் அல்ல.

யோசித்துப் பார்த்தால் இந்நாள் உன்னைக் கல்யாணம் செய்து கொள்கிறேன் என்று சித்ராவிடம் சொன்ன அந்த வாக்கியத்தில் ஒருவிதமான விதி, தவிர்க்க இயலாத தன்மை இருப்பதுபோல் தோன்றியது. எல்லாமே அந்த வாக்கியத்தை நோக்கித்தான் நடந்திருக்கிறதோ! தான் இந்த வீட்டுக்குக் குடி வந்தது, ஏன்... சென்னைக்கு வந்தது, தன் கல்யாணம் தள்ளிப்போனது, சித்ராவை போட்டோ எடுத்தது. அவளுக்கு பிக்னிக் ஏற்பாடு செய்தது, அந்த பிக்னிக் சம்பவம், பத்திரிகை, இந்தத் தற்கொலை முயற்சிகூட எல்லாமே அந்த வாக்கியத்தை நோக்கித்தான் செயல்பட்டிருக்கிறதோ!

விஜிக்கும் சித்ராவுக்கும் கல்யாணம் அறிவித்தாகிவிட்டது. யார் சம்மதமும் தேவையில்லை, சித்ரா எனக்காகத்தான்! அவள் அப்பாவும் அம்மாவும் என்ன சொன்னாலும் சமாளிக்கத் தைரியம் கிடைத்துவிட்டது. இனி ஆதாரம் கிராமத்துக்குப் போய் தன் அப்பாவிடம் சொல்லிவிட்டு... ஏற்பாடு செய்துவிட்டு...

ஒன்பது மணிக்கே சாரதம்மா அவளை அழைத்துச் செல்லலாம் என்று சொல்லிவிட்டாள். 'இரண்டு நாளைக்கு சாப்பாடு ஹெவியா வேண்டாம். ஆர்லிக்ஸ், போர்ன்விட்டா கொடுங்க. நிறைய ஜூஸ், இந்த மாத்திரையோட கொடுங்க. போய்ட்டு வாம்மா சித்ரா... உனக்கு இனிமே ஒரு கவலையும் கிடையா தில்லையா?'

'இல்லை டாக்டர்.'

'டாக்ஸியில் முன் சீட்டில் உட்காரச் சென்றவனை, 'இங்க வாங்க விஜி சார்' என்று அவள் அழைத்தது ஆனந்தமாக இருந்தது. மெல்ல அவன் கையைப்பற்றி ஒருமுறை அழுத்தினாள். 'தாங்க்ஸ்!' என்றாள். லேசாக அவன் தோளில் சாய்ந்து கொண்டாள்.

19

விஜிக்கு சட்டென்று அத்தனை பிரச்னையும் தீர்ந்துபோய் விட்டாற்போலத் தோன்றியது. இதை ஏன் தான் ஆரம்பத்திலேயே யோசித்துப் பார்க்கவில்லை என்று வியப்பாக இருந்தது. வயசு வித்தியாசம் காரணமாக இருக்கலாம் அல்லது ஒரு பிராமணப் பெண்ணைக் கட்டிக்கொள்வதில் இருக்கும் சமூகத் தயக்கம் இருக்கலாம். இப்போது ஜாதி வித்தியாசங்கள் இரண்டாம்பட்சமாகப் போய் சித்ராவுக்கு வாழ்வளிப்பதுதான் தலையாயதாகி, அவ ளுக்கு வேறு வழியில்லை என்றாகி இருந்தா லும் சித்ராவின் அம்மாவுக்குச் சமாதானமாக வில்லை.

'என்னது அவனும் சொல்றான்னு நீங்களும் கேட்டுண்டிருக்கேளே... என்னவோ பிள்ளைமாரோ என்னவோ ஜாதி... அய்யங் காராப் பொறந்துட்டு! யாராவது நம்ம குடும் பத்தில ஒத்துப்பாளா? இதுமாதிரி நம்ம குடும் பத்தில நடந்திருக்கோ? முதல் திருமாளிகை முதல் தீர்த்தம்னு...'

'ஏண்டி, ரங்கு பொண்ணுகூட செட்டியார் பையனோட ஓடிப்போயிடலை?' என்றார் அப்பா.

‘அந்த கேஸு வேறன்னா! ரொம்ப நாளா கல்யாணம் பண்ணாம காலந் தாழ்த்தினான் ரங்கு!’

‘நம்மாத்து கேஸு மட்டும் என்ன வாழறதாம். பேப்பர்லயே வந்தாச்சு. எவனாவது அய்யங்கார் பையன் கல்யாணம் பண்ணிக் கிறேன்னு சொல்வானா?’

‘எத்தனை நாளைக்கு இந்தப் பழி இருக்கும்ங்கறேள்?’

‘த பாரு. எத்தனை நாளானாலும் சொல்லிக்காட்டறவா இருக்கத் தான் இருக்கா. என் அத்தை கதர்க்கடை லட்சுமி அம்மாள்னு...’

‘ஆமா, ஒரு சவுக்கார் பையனைக் கல்யாணம் பண்ணிண்டாளே, அவளைத்தானே.’

‘பாத்தியா, நீயே சொல்ற பாரு! அத்தை செத்துப் போயி பதினஞ்சு வருஷம் ஆச்சு.’

‘இப்ப என்ன சொல்றேள்?’

‘சித்ராவுக்கு இந்த விஜியைவிட்டா வேற கதியில்லை. யோசிச்சுப் பாரு. அவன் ஏத்துக்கறேங்கறானே, அதுவே ரொம்ப பெரிய மனசுன்னுதான் சொல்லணும். மற்றவா யாராவது இந்த மாதிரி நடந்த விஷயம் தெரிஞ்சும்...’

‘நீ என்னடி சொல்றே?’ என்று சித்ராவை எல்லாரும் பார்த்தார் கள். சித்ரா பதற்றத்துடன், ‘எனக்கு கல்யாணமும் வேண்டாம், ஒரு எழவும் வேண்டாம், செத்துப் போறேன்’ என்றாள்.

‘ஏண்டி, இதுக்கா உன்னை வளர்த்தேன்? திருக்காட்டுப் பள்ளி யில இருக்கறப்ப இவர் பாட்டுக்கு டூர் போயிட்டார். ஜுரம் வந்து கைல தங்காம குழந்தை அனத்தறது. யாரோ சொன்னா பக்கத்தில் ஒரு அம்மன் கோயில்ல அங்கப்பிரதட்சணம் வாழை எலைல வெச்சுப் பண்ணும்னு. முதுகு வெந்து உருண்டது இதுக் காகவாடி? கண்ணு சித்து, நான் சத்தம் போட்டாலும் உள்ளூர எனக்குப் பாசம் இல்லையா? ஏண்டி, இதையெல்லாம் வெளில சொல்லுவாளா? ஏண்டி என் வயித்தெரிச்சலைக் கொட்டிக்கறே? உன்னை விட்டுட்டு நான் இருக்க முடியுமா?’

விஜி இதுவரை சும்மா இருந்தவன், ‘அப்ப ஏன் பிரச்னையை வளர்த்தறீங்க மாமி? எனக்கு உங்க பொண்ணைக் கல்யாணம் பண்ணிக்கப் பரிபூரண சம்மதம்.’

'உனக்கு எத்தனை சம்பளம்.'

'உங்க எல்லாரையும் வெச்சுக் காப்பாத்தற சம்பளம்.'

'நீ என்ன ஜாதி... என்னவோ பிள்ளைமார்னு சொன்னியே!'

'மனுஷ ஜாதி. ஏன் அதெல்லாம் பாக்கறிங்க மாமி? ரத்தம் ஒண்ணு, பாஷை ஒண்ணு! நாங்களும் சைவம், நீங்களும் சைவம். நீங்க வழிபடற முருகனையே நானும் கந்தரலங்காரம் சொல்லிக் கிட்டிருக்கேன்.'

'முருகன் இல்லைப்பா, பெருமாள்.'

'சரி, உங்க குடும்பத்துக்கு வந்தப்புறம் அவரையே தொழுதுட்டுப் போறேன். மாயோன் சேயோன் எல்லாம் ஒண்ணுதான். வேணும்னா மாமா மாதிரி நாமம் போட்டுக்கறேன்!' சித்ரா சிரித்தாள்.

'அப்பாடா, சிரிச்சியே' என்றான் விஜி.

'மாமி, நீங்க மற்றது எதையும் பற்றி நினைக்காதிங்க. நான் முதல்ல எங்க ஊர்ல போய் எங்கப்பாவை சந்திச்சு சொல்லிட்டு வந்துர்றேன். சித்ரா எப்ப கல்யாணம் வெச்சுப்பம்னு இஷ்டப்பட றாளோ அப்ப வெச்சுக்கலாம். ஒரு நிச்சயத்தை மட்டும் பண்ணிரலாம். என்ன?'

'ஒரே பையனா நீ?'

'ஆமா, சிஸ்டர்ஸ் மூணு பேரு...'

'அவாளுக்குக் கல்யாணம் ஆயிடுத்தா?'

'ரெண்டு பேருக்கு ஆயிடுத்து மாமி. கோவாபரேடிவ் பாங்க்ல ஐயாயிரம் ரூபா சேத்து வெச்சிருக்கேன். பிஎஃப்ல கடன் வாங்கலாம். ஒரு கெட்ட பழக்கமும் கிடையாது. மாமா சூப்ரண்டா இருந்து ரிடையரானவர்தானே, என்னைப்பத்திக் கேட்டுப் பாருங்கோ!'

'யாரும் குத்தம் சொல்லலைப்பா' என்றார் அப்பா.

'பின்ன ஜாதி ஜாதிங்கறீங்களே!'

'என்னதான் சீர்திருத்தம்னு சொன்னாலும் ஜாதி விட்டு ஜாதி கல்யாணம்ங்கறது ரெண்டு பேருக்குமே உபத்திரவம்ப்பா.'

‘அதெல்லாம் நான் சமாளிக்கிறேன். நீ என்ன சொல்றே சித்ரா?’

சித்ரா பதில் ஏதும் சொல்லாமல் உள்ளே சென்றாள்.

‘மௌனம்னா சம்மதம்னுதானே அர்த்தம்.’

‘அது இன்னும் கலங்கியே இருக்கு.’

‘எல்லாம் சரியாப் போயிரும். நான் வந்து ஊருக்குப் போயிட்டு...’

‘எதுக்கும் உங்கப்பாவையும் கூட்டிண்டு வந்துரு. வெச்சுப் பேசிடலாம்.’

வினோத் தரையைப் பார்த்துக்கொண்டே அப்பா சொல்வதைக் கேட்டுக்கொண்டிருந்தான். ‘என்னதான் நினைச்சுகிட்டு இருக்கே நீ? த பாரு, என்ன பண்ணணும் நானு, சொல்லு?’

வினோத் பதில் சொல்லாமல் ஒருமுறை ராம்கோபாலை நிமிர்ந்து பார்த்து, ‘நான் அவகிட்ட உண்மையைத்தானே சொன்னேன்.’

‘அப்டி அவகூட அப்பட்டமா பேசறதா இருந்தா ஏண்டா கல்யாணத்துக்கு ஒத்துக்கிட்ட?’

‘த பாருங்க. இப்பகூட எனக்கு ரஞ்சனியைக் கல்யாணம் செய்துக்க சம்மதம்தான்.’

‘அந்தப் பொண்ணு நீ சொன்னதைக் கேட்டு கதி கலங்கிப் போயி ‘எனக்கு கல்யாணமே வேணாம்’னுருச்சு.’

‘கல்யாணம் ஆனதுக்கு அப்புறம் சொல்றதுக்கு, முன்னாலேயே சொல்லிரலாமேன்னு!’

ராம்கோபால் அவனைக் கண்ணோடு கண்ணாகப் பார்த்தார்.

‘உனக்கு வாழ்க்கைல என்ன வேணும்?’

‘செத்துப் போகணும்’ என்று புன்னகைத்தான்.

‘எதுக்கு, எதுக்கு? நான் உனக்கு என்ன தப்பு செஞ்சேன்? என்னடா கொடுமைப்படுத்திட்டேன்? நீ சொல்றதெல்லாம் மிகை, எக்ஸாஜரேஷன்! உன்னைவிட எவ்வளவோ மோசமான சூழ்நிலைல வளர்ந்தவங்கள்லாம் நேரா இல்லையா?’

‘த பாருங்க. சூழ்நிலையைப் பத்தி எங்கிட்டே பேசாதிங்க. நான் வளர்ந்த சூழ்நிலையைச் சொல்லட்டுமா உங்ககிட்ட?’

'எல்லாம் தெரியும் எனக்கு. உன்னைச் சின்ன வயசில தனியா போர்டிங் ஸ்கூல்ல விட்டதுதானே?'

'அதில்லை. அதில்லை...'

'பின்ன...'

'சொன்னா கோவிச்சுப்பீங்க.'

'சொல்லு...'

'ஒரே மகன் பார்த்த விந்தைகளையெல்லாம் சொல்லட்டுமா? நீங்க இல்லாத போது அம்மா - உங்க மனைவி - ராஜன் அங்கிள் கூட...'

'நோ! சொல்லாதே! நிறுத்து!' ராமகோபால் காதைப் பொத்திக் கொண்டார்.

'இது உங்களுக்குத் தெரிஞ்சே ஆகணும்.'

'தெரியும், தெரியும்...'

'தெரிஞ்சும் சும்மா இருந்திருக்கீங்க!'

அப்பாவின் கண்களில் முதல் முதலாக நீரைப் பார்த்தான் வினோத்.

'என்ன பண்ணியிருக்கணும்?'

'அடிச்சுத் துரத்தியிருக்க வேண்டாமா?'

'நான் உள்ளுக்குள்ள மௌனமா ஸஃபர் பண்ணிக்கிட்டிருந்தேன்.'

'பொய்! உங்க மனைவி சோரம் போனதுக்குக் காரணம் உங்க நடத்தைதான்! உங்களையும் நான் எத்தனையோ விதவிதமான பெண்கள்கூடப் பார்த்தாச்சு! வளர்ந்த சூழ்நிலையைப்பத்தி சொன்னிங்களே, பணத்தாலே எல்லாத்தையும் மழுப்பலாம்னு பாத்திங்கல்ல...'

'செத்து ஒழி...'

'நீங்க சொல்லி அது நடக்காது! தற்கொலை பண்ணிக்கறது ரொம்ப கோழைத்தனம்னு தீர்மானிச்சுட்டேன். பதிலா உண்மை பேசலாம்னு தோணுச்சு. யார் எது கேட்டாலும் உண்மையைச்

சொல்லிர்றது. ஒரு ஆளைப் பிடிக்கலைன்னா பிடிக்கலைன்னு சொல்லிர்றது. ஒரு தப்பு செஞ்சிருந்தா செஞ்சேன்னு சொல்லிர்றது. எல்லாமே ஸ்ட்ரெயிட்! வாய்மை! ட்ரூத்!'

'உங்க அம்மாகிட்ட இத்தனை அப்பட்டமாப் பேசினியா?'

'இல்லை...'

'ஏன்?'

'அதுக்கு மனசு வரலை...'

'அதேதான் என் ப்ராப்ளமும்! இப்ப ரஞ்சனிக்கு என்ன சொல்லறது?'

'அதான் சொல்லிட்டனே! என்னைப்பத்தி முழுக்க தெரிஞ்சுக் கிட்டும் அவ கல்யாணம் பண்ணிக்க விரும்பினா எனக்கு ஆட் சேபணை இல்லை.' ராமகோபால் அவனருகில் வந்து தோளில் கை வைத்து,

'அந்த சித்ராவை என்ன பண்ணே?'

'போட்டோ எடுத்தேன், தெரியாதா உங்களுக்கு? பாக்கறீங்களா?'

ராம்கோபால் அவனைச் சற்றும் எதிர்பாராதவிதமாகக் கன்னத் தில் அடித்தார். அதன் வலி, அதிர்ச்சி இரண்டுமே அவனை வீழ்த்தியிருக்கவேண்டும். சற்று நேரம் அப்படியே சாய்ந்து உட்கார்ந்துகொண்டான்.

'ஸாரி! கர்சீப் வேணுமா?' வினோத்தின் உதட்டில் ரத்தம் தெரிந்தது.

'நான் உங்களைத் திருப்பி அடிச்சிருக்க முடியும். நான் உங்களை விட வலுவானவன். உங்களைவிட மிருகம்தான். இருந்தும் அடிக்க இஷ்டமில்லை. எனக்கு அடிபட இஷ்டம் இருக்குது. அந்தாளு அன்னிக்கு பொண்ணுக்குத் தெரிஞ்சவன்னு ஒருத்தன் வந்தான். அவனும் அடிச்சான். அதுவும் சந்தோஷமாகத்தான் இருந்தது. 'காந்தி' படத்தில வரமாதிரி அடிக்க அடிக்க நாம எதிர்க்காம இருக்கறவரைக்கும் அடிக்கிறவன் அடிபடறான்!'

'அந்தப் பெண்ணுடைய வாழ்க்கை பாழாயிடுச்சு தெரியுமா? நீ அதுக்குப் பரிகாரமா என்ன பண்ணப் போறே?'

'என்ன பண்ணணும்?'

'முதல்ல அவங்ககிட்ட போய் கால்ல விழுந்து மன்னிப்பு கேட்டுக்க.'

'இதனால அவளுக்கு ஏற்பட்ட... அது என்ன... 'களங்கம்' தீர்ந்திருமா?'

'அவளுக்கு வேற ஏதாவது முறையில பணமோ காசோ கொடுத்து.'

'பத்து பொண்ணுங்களுக்குன்னா கொடுக்கவேண்டியிருக்கும்!'

'முதல்ல இங்க ஆரம்பிக்கலாம். எங்கூட அந்த சித்ரா வீட்டுக்கு வரியா?'

'தாராளமா!' என்றான் வினோத்.

20

நித்யா வீட்டுக்குத் திரும்பி வந்தபோது மேஜைமேல் இருந்த கடிதங்களை ஒவ்வொன்றாகப் பிரித்து ஆரம்ப வரிகளை மட்டும் படித்தாள். மாதர் சங்கம், மாதர் நல இயக்கம் - லேடீஸ் கிளப் என்னும் ஓர் அசிங்கம்! இவற்றை விட்டால் இவர்களுக்கு வேறு ஏதும் தெரியாது. பட்டுப் புடைவை கலையாமல் சமூக சேவை, கவர்னர் அல்லது கலெக்டர் மனைவி ஏழைப் பிள்ளைகளுக்கு இனிப்பு வழங்குதல், குத்துவிளக்கைச் சுற்றி பேபிக்கள் டான்ஸ், கூடை பின்னுதல், பிளாஸ்டிக் மணி கோத்தல், 'பதிக்' வேலைப்பாடுகள், நாட்டிய அரங்கேற்றம்... வீட்டில் பெண்ணைச் சிறைப்படுத்தியதை ஊர்ஜிதப்படுத்தும் நோக்கம் கொண்ட அத்தனை காரியங்களுக்கும் கணவன்மார்களின் ஆதரவு இருக்கும். கலவி இன்பத்தை அனுபவிப்பதை சாஸ்திர விதிகளாக மாற்றியிருக்கும் இந்த நாட்டில், பெண்ணை அவள் தரும் இன்பத்துக்கு ஏற்றபடி பற்பல வகைகளில் பாகுபடுத்தும். இந்த நாட்டில் பெண் விடுதலையாவது!

வீதியில் உலவும் பெண்ணே உன்
கழுத்துச் சங்கிலியை

சற்றே தளர்த்தி வைத்திருக்கிறார்கள்

அவ்வளவே.

‘எங்கம்மா போயிருந்த நாலு நாளா?’-கர்னல் ராஜகோபல் கொஞ்சங்கூடக் கோபம் இல்லாமல் தகவலுக்காகக் கேட்பது போலத்தான் கேட்டார்.

‘ஹைதராபாத்பா. போன்ல ட்ரை பண்ணேன். கிடைக்கலை.’

மாடிப்படிகளில் இறங்கி வந்த ராஜகோபாலைக் கவனித்தால் நித்யாவின் மூக்கு புரியும். அதே கண்கள் சற்றுப் பெண்மை தடவிப் புதுப்பித்ததுபோல. ‘ஒரொரு சமயம் உன்னை வளர்த்த விதத்தில தப்பு பண்ணிட்டனேன்னு தோணுது நித்யா.’

‘இல்லைப்பா, தப்பே இல்லை.’

‘கல்யாணம் பண்ணி வெக்கணுமேம்மா... அந்தக் கடமையை முடிக்கலேன்னா உலகம் என்னைத் தூற்றுமே.’

‘உலகம்ங்கறது உங்களுக்கு யாருப்பா? பக்கத்து வீட்டு பால்ராஜ், எதுத்த வீட்டு நாராயணசாமி, உங்க தோட்டக்காரன் இவங்களை விட்டா உங்க உலகம் வேற எது?’

‘உனக்குக் கல்யாணம் ஆகலையேன்னு குறையா இருக்குதம்மா.’

‘கவலைப்படாதிங்க. வேளை வர்றப்ப அதைக் கவனிக்கிறேன். கல்யாணம் இல்லாம ஒரு பெண் இருக்க முடியும்ங்கறதை ஒப்புக்குவீங்களா?’

‘நோ! பயலாஜிக்கல் ரோல், அவ பிள்ளை பெர்றதுக்குத்தான்!’

‘அதெல்லாம் இந்த நூற்றாண்டு முடியறதுக்குள்ள மாறிடும்பா. டிஎன்ஏ ஸின்தஸைஸ் வரை இப்பவே வந்துட்டாங்க. பிள்ளையெல்லாம் மாருதி கார் மாதிரி ஃபாக்டரில உண்டு பண்ற வேளை வரத்தான் போறது.’

‘கல்யாணம் பண்ணிப்பன்னாவது உத்தரவாதம் தருவியா?’

‘உங்க மாதிரி ஒரு மாப்பிள்ளை கிடைச்சா கல்யாணம் செய்துக்கறேன், சரிதானே!’

டெலிபோன் அடித்ததை கர்னல் ராஜகோபால் எடுத்து, ‘ஓ! இருக்காளே... வந்தாச்சே... நீங்க யாரு?’ டெலிபோன் வாயைப்

பொத்தி, 'யாரோ முத்துசாமியாம். இதுவரைக்கும் மூணு தடவை போன் பண்ணியாச்சு.'

நித்யா போனை வாங்கி, 'சொல்லுங்க முத்து, எதாவது தெரிஞ்சுதா? ராம்கோபாலைப் பார்த்தீங்களா?'

'பார்த்தேன். நித்யா, கேசை நீ விட்டுர்றதுதான் நல்லது. நாங்க கூட சீரியல் ஐடியாவை ஒத்திப்போட்டுட்டம்.'

'ஏன்!'

'பொண்ணு பயங்கர ஃப்ளர்ட், கத்தை கத்தையா அது எழுதின லவ் லெட்டர் வெச்சிருக்கான். அது மட்டுமில்லை. சம்மதத் தோடேயே பிக்னிக் போயிருக்கு. பணம்கூட வாங்கிருக்கு!'

'முத்துசாமி! இதான வேணாங்கறது!'

'என்ன நித்யா?'

'ராம்கோபால்கிட்ட எத்தனை வாங்கினே?'

'சேச்சே! என்ன சொல்றே நீ?'

'த பாரு... பொண்ணை நான் பார்த்தாச்சு. அது கண்ல இருக்கற அறியாமையைப் பார்த்தாச்சு. அதைப் போயி ஃப்ளர்ட் பண்ணுது, லவ் லெட்டர் எழுதுதுன்னு சொன்னா யாரும் நம்பப் போறதில்லை.'

'லெட்டர் காட்டினா என்ன சொல்வே?'

'ஃபோர்ஜரின்னு, போலின்னு சொல்வேன். உன்னை மாதிரி எத்தனை பேரைப் பார்த்திருக்கேன் முத்து!'

'இப்ப என்ன சொல்றே நித்யா?'

'நீ என்கிட்ட கேசை விடு! முத்துசாமி, உன்னை செலுத்தறது என்னன்னு தெரியும் எனக்கு. முதல்ல உன் பத்திரிகைல உனக்குப் பதவி உயர்வு, அப்புறம் சான்ஸ் கிடைச்சா நித்யா! அப்புறம் ராம்கோபால் கிட்டருந்து பணம்... மெய்தானே?'

டெலிபோனை வைக்கும்போது, 'எல்லாருமே பாஸ்டர்ட் ஸ்ப்பா' என்றாள்.

'என்னையும் சேர்த்துச் சொல்றியா கண்ணு?'

'உங்களைப் போல ஒண்ணு ரெண்டு பேரை விட்டுட்டா மத்த எல்லாருக்கும் விலை இருக்கப்பா!'

'உனக்கு?' என்றார் ராஜகோபால்.

'எனக்கு இல்லைன்னு நினைக்கிறேன்! சித்ரா கேஸ் தெரியுமாப்பா?'

'சொன்னியே!'

'இதை டெஸ்ட் கேஸா எடுத்து வழக்குப் போடலாம்னு இருக்கேன்.'

'பெண்ணோட பேரன்ட்ஸ் சம்மதிப்பாங்களா?'

'சம்மதிக்க வெக்கணும். முதல்ல எப்பவும் போலத் தயக்கம் தான்.'

நித்யா மாற்று உடைகளுடன் பாத்ரூமில் நுழையுமுன், 'அவனைப் போய்ப் பார்க்கப்போறேன்' என்றாள்.

'எவனை?'

'ராம்கோபால் மகனை!' கண் சிமிட்டிவிட்டு அவள் மூடிய கதவைச் சற்று நேரம் கர்னல் ராஜகோபால் கவலையுடன் பார்த்துக்கொண்டிருந்தார்.'

வினோத் சிக்னலில் அந்த மொப்பெடைக் கவனித்தான். மார்பில் 'டோண்ட் டச்' என்று எழுதியிருந்த இந்தப் பெண்ணின் முகம் பரிச்சயமானதாக இருந்தது.

சிக்னல் மாறுமுன் அவனைப் பார்த்து இனிமையாகச் சிரித்தாள். 'ஹாய்.'

'ஹாய்! எம் பேர் நித்யா.'

'உன்னைப் பார்த்திருக்கேன்!'

'உங்ககூடப் பேசணும். எம் பின்னால வரியா?'

'தாராளமா!'

டிரைவ் இன் ஓட்டலில் வாகனங்களைப் புறக்கணித்துவிட்டுச் சந்தடியுள்ள பகுதியில் வந்து அவன் எதிரே உட்கார்ந்தாள். வினோத் சிகரெட் பற்றவைத்துக்கொண்டு அவள் முன் நீட்டினான்.

'நோ... தாங்க்ஸ்.'

'நீ விடுதலை வீராங்கனைன்னு நினைச்சேன்...'

'சிகரெட் குடிக்கறது விடுதலை இல்லை.'

'நல்லாப் பாடுவ இல்லை?'

'நான் பேச வந்தது அதைப்பத்தி இல்லை.'

'சித்ரா!'

'ஆமாம்.'

'போட்டோ வேணுமா, மற்ற விவரங்கள் வேணுமா, எம்மேல கேஸ் போடணுமா, என்ன விஷயம் சொல்லு?'

நித்யா அவனைக் கண் கொட்டாமல் பார்த்தாள். 'பெருமையா சொல்லிக்கிறியா?'

'இல்லை. உண்மையைச் சொல்லிக்கிறேன். உன்னைப் பத்தியும் உண்மையைச் சொல்லவா?'

மௌனமாக இருந்தாள்.

'உன்னைச் செலுத்தறது பெண்கள் நலவாழ்வுதான்னு நிச்சயமா சொல்லுவியா?'

'வேற என்ன?'

'பிரபலத்துக்கு ஆசை! அவ்வளவுதான். லுக்! இந்தப் பெண்ணுடைய கேஸை இத்தனை அக்கறையா எடுத்துக்கறேங்கறியே. பிரபலமில்லாத, ஆரவாரமல்லாத ஒரு தீர்வு இதுக்குச் சொல்லு பார்க்கலாம்.'

'புரியலை.'

'நீ அந்தப் பெண்ணுக்கு எந்தவிதமான நிவாரணம் சொல்றியோ அதைச் செய்ய ஏற்பாடு செய்யறேன். ஆனா ஒரு கண்டிஷன், பத்திரிகைல போடாம, பொதுக்கூட்டத்தில இதைப்பத்தி அலட்டிக்காம ஓசைப்படாம மௌனமாச் செய்யணும். யார் கிட்டயும் பெருமை பீற்றிக்கக்கூடாது!'

நித்யா அவனைச் சற்று நேரம் பார்த்துவிட்டு, 'என்னை உனக்குத் தெரியாது' என்றாள்.

'நிஜமாகவே சித்ராவுடைய நல்வாழ்வில் உனக்கு விருப்பம்னா எங்கூட வரியா?'

'எங்க?'

'நானும் எங்க அப்பாவும் அந்தப் பொண் வீட்டுக்குப் போறம்!'

'போய்?'

'அவங்க என்ன கேக்கறாங்களோ அதைச் செய்யறேன்.'

'அதனால நீ செஞ்ச காரியம் மன்னிக்கப்படும்ங்கறியா?'

'பேப்பர்ல போடறதாலயும், பத்திரிகைல தொடர் கதை எழுதற தாலயும் மன்னிக்கப்படலாம். பொதுக்கூட்டங்கள் கூடிப் பாடற திலமன்னிக்கப்படலாம் இல்லையா? உனக்கு நிஜமாகவே அக்கறையிருந்தா எங்ககூட வருவே.'

சற்றுநேரம் யோசித்து 'வரேன்' என்றாள்.

விஜி தன் சொந்தக் கிராமம் ஆகாரத்தில் போய் பஸ்ஸில் இறங்கினபோது இருள் லேசாகத் தடவி மலட்டாற்றில் பொன் வார்த்துக் உருக்கி ஊற்றினாற்போல இருந்தது. டூரிங் கொட்டா யில் ரிக்கார்டுகளைத் தேய்த்துப் போட்டுக் கொண்டிருக்க, வீட்டை அடைய அப்பா, 'யார்றாது?' என்றதற்கு, 'நாந்தாம்பா' என்றான்.

'யாரு, பிச்சையா! வா, என்ன விசயம்? ஒரு எழுத்தில்லை சேதியில்லை. நல்லதாப் போச்சு. ஏய் புவனா, பெரியசாமி வூட்டுக்குப் போயி சொல்லிரு. மாப்பிள்ளை வந்து சேர்ந்தாச் சுன்னு' என்றார். அவர் குரலில் உற்சாகம் இருந்தது.

21

பல வருஷங்கள் கழித்துச் செல்வதனால் இடைவேளையில் கிராமம் சற்றுக் குறுகி விட்டாற்போலவும் சற்றே தன் கவிதைத் தன்மைகளை இழந்து இங்க்ஃபாக்டரி, ரைஸ் மில், சினிமாக் கொட்டகை போன்ற கான்க்ரீட் ஆடம்பரங்களைப் பெற்றுக் கொண்டு மலட்டாற்றில் குப்பை கூளங்களும் சாயமும் மிதக்க, வானம் கூடக் கொஞ்சம் அழுக்குப் படிந்தாற்போல இருந்தது. அப்பாவானால் மாப்பிள்ளை மாப்பிள்ளை என்று தன்னை விளிப்பது விஜிக்கு ஒருமாதிரி இருந்தது. தன்னைக் கேட்காமல் சம்பந்தம் ஏதாவதுக்குச் சம்மதம் சொல்லிவிட்டாரா? புவனாவைக் கேட்டான். 'ஆமண்ணே! ரைஸ் மில்காருங் கிட்ட வாக்கு கொடுத்துட்டாரு. பொண்ணு பாளையங்கோட்டைல படிக்குது.'

'அது எப்படி புவனா என்னைக் கேக்காமா?'

'அது என்னவோ நீயே அப்பாவைக் கேட்டுக்க, நான் எதுக்கு இருக்கன் இந்த வூட்டுல? ஆக்கிப்போடத்தானே!' புவனா வுக்கு உள்ளுரத் தன்னை எல்லாரும் நிராகரிப்பதாகக் குறை, கறுப்பாக இருப்பதாலும் மற்ற பேர் விருப்பத்துக்கு இல்லாததாலும்.

அப்பாவை உடனே கேட்கப் பயந்துபோய் கோவில்பட்டி கன்றுக்குட்டி என்று சம்பந்தமில்லாது பேசிக் கொண்டிருந்து விட்டுக் காலை வரை காலம் தாழ்த்திவிடத்தான் எண்ணினான். என்னவோ தான் சொந்தமாகச் சம்பாதிக்கிறோம். இனி பயப்பட வேண்டாம் என்று எண்ணம் உதிக்க, 'அப்பா, உங்ககிட்ட ஒரு விசயம் கேக்கணும், புவனா சொல்லிச்சு.'

'சொல்லியாச்சா! மில்லுக்காரருக்கு வாக்கு கொடுத்து போட்டேன். அதும் மக பாளையங்கோட்டைல நல்லாப் படிக்குது. பாத்திருப்பல்ல?'

'அப்பா, எப்படி நீங்க என்னைக் கேக்காம நிச்சயம் பண்ணிர லாம்?'

'கடிதம் போட்டிருந்தமே, வந்து சேரலையோ?'

'இல்லைப்பா!'

'புவனா, நீ தபால்ல சேர்க்கலை?'

'அப்பா நான் சொல்ல வந்தது கடிதம் போட்டா மட்டும் பத்தாதுங்கறது.'

'பிறவு தந்தியடிக்கணுமோ?'

'அதுக்கில்லைப்பா நான் வந்து... நான் வந்து, பட்டணத்தில ஒரு... ஒரு பொண்ணை கல்யாணம் பண்ணிக்கிறதா வாக்கு கொடுத்துட்டேன்.'

அப்பா அவனைக் கலங்கிய கண்களுடன் நிமிர்ந்து பார்த்தார்.

'இன்னொரு முறை சொல்லு!'

'மெட்ராஸ்ல ஒரு பொண்ணுக்கு வாக்கு கொடுத்துட்டம்பா!'

'கல்யாணம் ஆயிருச்சா?'

'இல்லை. உங்க சம்மதம் கேட்டுட்டு வர்றதா சொல்லிட்டு...'

'பிச்சைப்பிள்ளை செய்த வேலையா இது? அவனுக்கு ஒரு மக இருக்கறதா கேள்வி?'

'இல்லைப்பா, இந்தப் பொண்ணு நான் தங்கியிருக்கிற வீட்டுக் காரங்க பொண்ணு சித்ரான்னு பிராமணப் பொண்ணு!'

'இது வேறயா? புவனா, இங்க வாயேன். இதைக் கேளேன்! உங்கண்ணாரு ரொம்ப முன்னேறிட்டாரு! பாப்பாரப் பொண்ணைக் கட்டிக்க பத்திரிகை அடிச்சுட்டாரு!

'இல்லைங்கப்பா, அதெல்லாம் இல்லைன்னனே. உங்ககிட்டு சொல்லிட்டு, அனுமதி கேட்டுட்டு...'

அப்பா அவன் சொன்னதைக் கவனிக்காமல், 'இவனுக்காக சம்பாதிச்சு பள்ளிக்கூடம் அனுப்பி மறு கல்யாணம் செய்துக்காத காலேசுக்கு அனுப்பி...'

'அப்பா, அதெல்லாம் எதுக்கப்பா இப்ப? உங்க சம்மதம் கேக்கத்தானே வந்தேன்?'

அப்பா சட்டென்று நிறுத்தி அவனை முறைத்துப் பார்த்தார். 'சம்மதம் கிடையாது.'

'ஏன்?'

'மில்லுக்காரருக்கு வாக்கு கொடுத்துட்டேன்.'

'மில்லுக்காரர்கிட்ட பேசி அவரை சமாதானப்படுத்தற பொறுப்பை நான் எடுத்துக்கறேன்.'

'த பாரு. வேத்து சாதிலே பொண் எடுத்தவங்க உருப்பட்ட தில்லை!'

'எப்படிப்பா சொல்றீங்க? எத்தனை கல்யாணம் பார்த்திருக்கிங்க?'

'அவங்க பழக்கவழக்கங்களே வேற!'

'அதெல்லாம் திருத்திக்கலாம்பா, ரொம்பச் சின்ன விஷயம்'

'இப்ப எதுக்காக இப்படி அவசரப்படணும்? நம்ம சாதியில ஏராளம் பொண்ணு கைவசம் இருக்கறப்ப, எதுக்கு வேற சாதியில...'

'அப்பா, நான் ஆரம்பத்திலிருந்து சொன்னா கேக்கறிங்களா?'

'இல்லை. நீ சொல்றதை எதுக்கும் கேக்கத் தயாரா இல்லை. உனக்கு அந்தப் பொண்ணைக் கட்டிக்கணும்ன்னா என்னுடைய சம்மதமில்லாமத்தான் கட்டிக்கணும். நானும் புவனாவும் அத்தையும் யாரும் கல்யாணத்துக்கு வரமாட்டோம். அப்புறம் தொடர்பும் கிடையாது.'

'அப்பா, சொல்றதைக் கேளுங்கப்பா!'

'போடா நன்னி கெட்ட பயலே! எம் முகத்தில விழிக்காதே.'

புவனா, 'மேலே பேசாதே. இன்னும் கோபப்படுவார்' என்று சைகை செய்தாள்.

அவளை தனியாக அழைத்து வெளியே சென்று ஆற்று நீர் மதகடியில் சலசலக்க, 'என்னது இப்படிப் புடிவாதம் பிடிக்கிறாரு?' என்றான்.

'பிராம்மண வீட்டில பொண்ணு எடுத்தவங்க நம்மவங்க யாரும் சரியில்லை அண்ணாச்சி!'

'இது ஒண்டிதான் காரணமா?

'மில்லுக்காரருக்கு வாக்கும் கொடுத்துட்டார்.'

'அவரை முதல்ல போய்ப் பார்க்கறேன்.'

'இப்ப செய்யாத, கோபம் வந்துரும்.'

'பின்ன என்னதான் செய்யச் சொல்ற?'

'அந்தப் பொண்ணு ரொம்ப அழகா? என்னது பிடிவாதம் அண்ணாச்சி?'

'புவனா, அந்தப் பொண்ணுக்கு வாழ்வு கொடுக்கத்தான் இப்படிச் செய்யறேன்.'

'என்னது, சினிமா கணக்கா பேசுதே!'

'இல்லை புவனா, நான் இந்தக் கடமையைச் செய்ய வேண்டியிருக்குது. அழகுக்காகவோ படிப்புக்காகவோ இல்லை. ஒருவிதமான பரிதாபத்துக்காகத்தான், பச்சாதாபத்துக் காகத்தான்.'

புவனா அவன் சொன்னதையெல்லாம் முழுக்கக் கேட்டாள்.

'நடத்தை கெட்ட பெண்ணா?'

'சேச்சே! அப்படியில்லை புவனா. ஒருவிதமான சூழ்நிலையினால தன்னை அறியாம மாட்டிக்கொண்ட பொண்ணு!'

'அதுக்கு மறுவாழ்வு கொடுக்க நீதான் ஆப்ட்டியா அண்ணாச்சி? அவங்க ஜாதியிலயே பையங்க இல்லையா?'

'முதல்லருந்து நான்தான் பொறுப்பேத்துக்கிட்டேன். அந்த சம்பவத்துடைய எல்லாக் கோணங்களையும் தெரிஞ்சவங்கற முறையில. புவனா நீ என்னை சரியாப் புரிஞ்சிக்கணும். சரித்திரத் தில பேர் கிடைக்கிறதுக்கோ, மற்றவங்க என்னைப் புகழவோ இந்தக் காரியம் செய்ய முன்வரலை. எனக்குள்ள, என் நெஞ்சுக் குள்ள நான் செய்யறது சரின்னு பட்டுச்சு. அவங்களையும் கேட்டுட்டேன். ஒப்புக்கிட்டாங்க, அதனால...

'இப்ப அப்பாரு மாட்டன்னு சொன்னாக்கூட கல்யாணம் பண்ணிக்கத் தீர்மானிச்சுட்டியா!'

விஜி சற்று தயக்கத்துக்குப் பிறகு, 'ஆமா புவனா!'

'அப்பா கோபம் தெரியுமில்லை? தெரிஞ்சும்...'

'ஆமா புவனா!'

'நான் இனிம என்ன சொல்ல இருக்கு? நீ போய் மேற்கொண்டு காரியங்களைப் பார்த்துக்க. நான் அப்பாவை சமாதானப்படுத்த முயற்சி பண்றேன்.'

'நாளைக்குப் புறப்பட்டுப் போறேன் புவனா. அவர் சம்மதத் தோட பொறப்பட்டா சந்தோஷமா இருக்கும்.'

'அப்பாவை உனக்குத் தெரியாது. ஜாதி விட்டு ஜாதி கல்யாணம் செய்ய அவரு ஒப்பவே மாட்டாரு.'

'ஜாதியாவது ஒண்ணாவது புவனா?'

'எல்லாருமே அப்படி நினைச்சா பரவால்லையே! அந்தப் பொண்ணு போட்டோ கொண்டாந்திருக்கியா?'

போட்டோவைப் பார்த்து, ரொம்பச் சின்னப் பொண்ணு மாதிரி இருக்குதே! வயசு என்ன இருக்கும்?'

'பதினேழு பதினெட்டு இருக்கலாம்.'

'வயசு வித்தியாசம் அதிகம் இருக்கும் போலருக்கே?'

சாயங்காலம் ரைஸ் மில்காரரைப் பார்க்கப் புறப்பட்டபோது அப்பாதான் தடுத்தார். 'வேண்டாம் நான் போய்ச் சொல்லி யாச்சு!'

அப்பாவை நிமிர்ந்து பார்த்தான். அவர் கண்களில் லேசாகப் பெருமிதம் இருந்தது. அனுதாபம் இருந்தது போலத் தோன்றியது. 'புவனா எல்லாம் சொல்லிருச்சு.' மௌனமாக இருந்தான்.

'நீ செய்யறது நல்ல காரியம்தான்!'

திடீர் என்று மடை திறந்து வெள்ளம் பெருகினது போல ஆனந்தம் பொங்க, 'அப்பா! நிசமாவா?'

'ஆம்!' என்று தலையசைத்தவரைக் கட்டிக்கொள்ள வேணும் போல இருந்தது.'

'போறப்ப, அந்தப் பொண்ணுக்கு எல்லாம் வாங்கிட்டுப் போ.'

'நீங்களும் வாங்கப்பா!'

'இப்ப இல்லை. எல்லாம் பொங்கலுக்கப்புறம் வரேன். மார்கழியில பாப்பாரவுங்க வீட்டில கல்யாணம் வெக்க மாட்டாங்க' என்றார்.

திருநெல்வேலிக் கடைத்தெருவில் ரஸ்ட் கலரில் சித்ராவுக்குப் புடைவை எடுத்தான். புவனாதான் தேர்ந்தெடுத்தாள். 'சிவப்பா இருந்தா எல்லா கலரும் ஒத்துக்கும்.'

முலாம் பூசிய வெள்ளி ஆபரணங்களை கொச்சின் ஜுவல்லரியில் வாங்கினான்.

புவனா கண்ணாடியில் போட்டுக்காட்டி, 'எனக்கே நல்லாருக்கே?' என்றாள்.

ஏறக்குறைய ஆயிரம் ரூபாய் செலவழித்து விட்டான். இன்னம் எதாவது வாங்கவேண்டும்போலவே இருந்தது. மறுநாள் ரயிலில் இடம் கிடைக்காமல் பஸ் பிடித்து சென்னைக்குப் புறப்பட்டான்.

ராம்கோபால் நித்யாவைப் பார்த்தார், 'கர்னல் ராஜகோபால் பொண்ணா நீ? உங்கப்பாவை எனக்குத் தெரியும்.'

'எங்கப்பாவுக்கும் நான் வந்த விஷயத்துக்கும் சம்பந்தமில்லை.'

வினோத் மேஜைமேல் இருந்த புத்தகத்தை பொம்மை பார்த்துக் கொண்டே சொன்னான்: 'இந்தப் பொண்ணு நம்மகூட சித்ரா வீட்டுக்கு வரதாம்!'

‘ஓ யெஸ்! தி மோர் தி மெர்ரியர்! வந்து என்ன பண்ணப்போவுது?’

‘நாம எல்லாரும் சேர்ந்து மன்னிப்பு கேக்கணுமாம். அதைப் பார்க்கணுமாம்!’

‘நான் அதைச் சொல்லலை!’ என்றாள் நித்யா.

‘த பாரும்மா நித்யா. நான் இந்தத் தறுதலையைப் பரிபூர்ணமா கைகழுவியாச்சு. எதாவது தொழில் கத்துத்தரலாம்னு பார்த் தேன். முடியலை. படிப்பு வரலை. பார்ட்னர் பொண்ணைக் கல்யாணம் கட்டி வைக்கலாம்னு பார்த்தேன். அதும் முடியலை. நிச்சயதார்த்தத்தின்போது தேவடியா வீட்டுக்குப் போனதெல் லாம் விவரமா அந்தப் பொண்ணுக்கிட்ட சொல்லிட்டு… பயந்து போயிருச்சு…’

நித்யா வினோத்தைக் கண்கொட்டாமல் பார்த்தாள். ‘உங்க மகன் ரொம்ப சுவாரஸ்யமான கேரக்டர்!’

‘பெண் விடுதலைக் கூட்டத்துக்கு வேணும்னா வரேன். ஆண் வர்க்கத்தை வெறுக்கறதுக்கு ஒட்டுமொத்தமான ஒரே இலக்கு…’

‘வினோத், நான் இங்க வரப்போ நீ சொன்னது சத்தியம்தானே? நான் என்ன சொன்னாலும் கேப்ப இல்லை?’

‘அதுக்கென்ன!’

‘மிஸ்டர் ராம்கோபால், இந்தப் பிரச்னைக்கு ஒரு தீர்வு கண்டுட்டேன்.’

‘என்ன?’

‘எங்ககூட சித்ரா வீட்டுக்கு வாங்க சொல்றேன். வா வினோத். லைஃப்ல ஒரு நல்ல காரியம் செய்து பார்க்கலாம்.’

22

சித்ரா கிணற்றடியில் படித்துக்கொண்டிருந்தாள். அவளுக்கு இன்னும் அட்மிஷன் தீர்மானமாகவில்லை. அப்பா அலையாய் அலைந்து கொண்டிருந்தாலும் யாரும் சித்ராவைக் குறை சொல்வதில்லை. சூர்யாகூட 'சித்ரா அக்கா' என்று அவளிடம் வந்து ஒண்டுவதில்லை. சித்ரா கொடிக்கயிற்றில் தொங்கிக் கொண்டிருந்த துவைத்த துணிகளைச் சற்றே தொட்டுப் பார்த்து வாசனை பார்த்தாள். அந்த வாசனை பிடிக்கும் அவளுக்கு. துவைக்கிற கல்லில் சோப்பு காய்ந்திருந்தது. கையகலத்துக்கு இருந்த நிலத்தில் அம்மா ஒரு துளசிச் செடி வைத்துச் சுற்றிலும் செம்மண் கோலம் போட்டிருந்தாள். மிச்சமிருந்த இடத்தில் கீரை, வெண்டைக்காய் என்று புஸ்தகத்தைப் பார்த்து விதைத்திருந்தது சோனியாக வளர்ந்திருந்தது. ஒரு வேளை குழம்புக்குக்கூட ஆகாது போலிருந்தது. காம்பவுண்டு சுவருக்குப் பதிலாக வேலி கட்டியிருந்ததால் அந்த கார் வருவது தெரிந்தது. அந்த காரை அவள் ஜென்மத்திலும் மறக்கமாட்டாள். அதன் ஹாரன் கேட்டதும் ஒருமுறை சித்ராவுக்கு நரம்பு நுனியெல்லாம் நிரடியது. சிவப்பான

டோயேட்டா கார் அவசர ரத்தத் துளிபோல் அவர்கள் வீட்டு வாசலில் வந்து நிற்க, அதிலிருந்து முன் சீட்டில் ஒரு பெண்ணும், பின் சீட்டில் ஒரு மாமாவும் உட்கார்ந்திருந்தார்கள். டிரைவருடன் இறங்கினார்கள்.

சித்ரா, 'அம்மா... அம்மா' என்று கூப்பிட்டுக்கொண்டே உள்ளே ஓடினாள்.

வினோத் சிகரெட் பற்றவைக்குமுன் நித்யா, 'நோ ஸ்மோக்கிங் வினோத்! அட்லீஸ்ட் அன்டில் திஸ் இஸ் ஓவர்' என்றாள். 'வாங்க சார்! வா வினோத்!' நித்யா உள்ளே செல்ல, அம்மா புடைவைத் தலைப்பைத் தேவைக்குமேல் போர்த்திக்கொண்டு 'யாரும்மா?' என்றாள்.

'மா, அன்னிக்கு நான் பிரஸ்காராளோட வந்து விசாரிச்சேனே, ஞாபகமில்லை? எம்பேர் நித்யா...'

'ஞாபகமிருக்கம்மா, எல்லாத்தையும் பேப்பர்லே போட்டுச் சந்தி சிரிச்சு, எம்பொண்ணு நாக்கை புடுங்கிண்டு சாகறதுக்கு இருந்த தும்மா. எதுக்காக மறுபடி எங்காத்துக்கு வரேள்? புதுசா, என்ன புரளிம்மா? சொல்லிடு. பட்ட பாடு போதும்.'

'கவலைப்படாதீங்க. நாங்க உங்களுக்கு நல்லது பண்றதுக்கு வந்திருக்கோம்.'

'போனதடவையும் அந்த மாதிரித்தாம்மா சொன்னே. எங்களைத் தனியா விட்டா போதும்.'

'மாமி, கொஞ்சம் கேளுங்கோ. இந்தப் பையன் யாரு தெரியுமா? வினோத்...'

வினோத், 'மாமி, எம்பேர் வினோத்! நான்தான் உங்க பொண்ணை கார்ல கூட்டிண்டு போயி போட்டோ எடுத்தேன்.'

அம்மாவுக்குக் கொஞ்ச நேரம் மூச்சுத் திணறினாற்போல இருந்தது. 'நாராயணா! பெருமாளே! என்ன சோதனை இது? மறுபடி இழுத்துண்டு போக வந்துட்டேளே? சூர்யா, எங்கடி உங்கப்பா? கூப்பிடு சித்ராவை! பக்கத்தாத்து மாமாவைக் கூப்பிடு.'

'மாமி, அதுக்கெல்லாம் தேவையே இல்லை. நாங்க வந்திருக் கறது இந்தப் பையன் பண்ணதுக்கெல்லாம் பரிகாரம்

தேடறதுக்குத்தான். இவர் பேரு ராம்கோபால். பெரிய பிஸினஸ் காரர். வினோத்தோட அப்பா. சார் ராம்கோபால் சொல்லுங்கோ...'

'அம்மா, உங்க வீட்டுக்காரர் இல்லையா?'

'லைப்ரரிக்குப் போயிருக்கிறார். என்ன வேணும்? புருஷாளா யாரும் இல்லையே. நான் ஒண்டி என்ன பண்ணுவேன்?'

'ஒண்ணும் பண்ணவேண்டாம். நாங்க சொல்றதைக் கேட்டுண்டிருந்தா போதும். த பாருங்கம்மா. தப்பு நடந்து போச்சு. முதல்ல அதுக்கு பிராயச்சித்தம் தேடணும் இல்லையா? அதுக்குத்தான். இந்தப் பொண்ணு நித்யா ஒரு நல்ல யோசனை சொல்லிச்சு. நீங்க அதை யோசிச்சுப் பாருங்க. உங்க பெண்ணைக் கூப்பிடுங்க.'

'சித்ரா' எ(ன)ன்று நித்யா அழைத்தாள்.

'அது எதுக்கு?'

'அதை நான் பாக்கணும்...'

'ஐயோ! எதுக்குன்னேன்?'

'என்னது, எம் மருமகளை நான் பார்க்கவேண்டாமா?'

'நீங்க என்ன சொல்றீங்க?' இதற்குள் வாசலில் வந்து நின்ற மற்றொரு காரிலிருந்து வேலைக்காரர்கள் முகத்தை மறைக்கும் பார்சல்களுடன் இறங்கினார்கள். வீட்டுக்குள் வந்து நடுக்கூடத்தில் வைத்துவிட்டு விலகினார்கள்.

'என்னது இதெல்லாம்?'

'பிரிச்சுப் பாருங்க... பிரிச்சுப்பாரேன் பாப்பா... உம்பேர் என்ன?'

'சூர்யா.'

'ஏய் சூர்யா. இப்படி வா! அவளோடல்லாம் பேசாதே.'

'இந்த வீடு சொந்த வீடா...?'

'அப்பா, சவுக்கத்தை மாலையாகப் போட்டுக்கொண்டு 'மின்னல் மழை மோகினி' என்ற பைண்டு புத்தகத்துடன் உள்ளே

வந்ததும்... கூடத்தில் அமர்க்களத்தைப் பார்த்துப் பிரமித்து சற்று ஒதுங்கியே நடந்து வந்தார். 'என்னது, யாரு இவாள்ளாம்?'

'வாங்க. எம்பேரு ராம்கோபால்... நீங்கதான்...'

'ரங்கசாமி எம்பேர். சார் யாரோ...'

'இப்படி வாங்கோ. உங்க பொண்ணைக் கெடுத்தானே, இந்தப் புள்ளையாண்டாந்தான்!' என்றாள் அம்மா.

ரங்கசாமி அய்யங்கார் உடனே கன்னம் சிவந்து, 'ஐயோ! இப்ப யாரைக் கெடுக்க வந்திருக்கீங்க? மேற்கொண்டு பொண்ணுகள் கிடையாது.'

'இல்லைன்னா, சம்பந்தம் பேச வந்திருக்கார்.'

'என்னது!'

'மிஸ்டர் ரங்கசாமி அய்யங்கார்! கொஞ்சம் தனியா வாருங்களேன்' என்று ராம்கோபால் அவர் தோள்மேல் கை போட்டு வாசற்பக்கம் அழைத்துச் சென்றார். சித்ரா உள்ளே எட்டிப் பார்த்தபோது,

'ஹலோ! சித்ராதானே உம்பேரு?' என்றான் வினோத்.

நித்யா, 'என்னைப் பாத்திருக்கல்ல. இங்க வா, வினோத் டெல்ஹர்! பயப்படுத்தாதே.'

'அம்மா, நீங்க வாங்கம்மா. உங்ககூட நிறையப் பேசணும்' என்று அம்மாவை நித்யா சமையலறைப் பக்கம் அழைத்துச் செல்ல-

வினோத், சித்ராவைப் பார்த்து, 'ரெண்டாவது தடவை சந்திக்கிறோம், இல்லை?'

'இப்ப என்ன?' என்றாள் சித்ரா, தரையைப் பார்த்துக்கொண்டே.

'உன்னைப் பார்த்தா இப்ப வேற மாதிரி இருக்கே. ஓகேனக்கல்ல நான் பார்த்த பொண்ணு நீதானே?'

'என்ன சொல்லு...'

'உன்ன பெண் பார்க்க வந்திருக்கேன். உன்ன கல்யாணம் கேக்க வந்திருக்கேன். எங்கப்பாவும் அதுக்குத்தான் வந்திருக்கிறார்.'

சித்ரா மௌனமாக இருந்தாள்.

'நித்யாதான் ஐடியா கொடுத்தா. அந்தச் சம்பவம் நடந்த பிற்பாடு உனக்கு ஏற்பட்ட அவமானத்துக்கு நஷ்ட ஈடா நான் உன்னைக் கல்யாணம் செய்துக்கறதுதான் பொருத்தம்னு...'

சித்ரா ஏதும் பேசவில்லை.

'என்ன பேசாம இருக்கே? எதாவது சொல்லேன். எனக்குக் கல்யாணம் பண்ணிக்க இஷ்டந்தான். கோர்ட்டுக்கு கேஸ் போட்டாலும் பரவாயில்லை, சும்மா இருந்தாலும் சரி. இப்ப எங்கிட்ட வந்து நீ கன்னத்தில் அடிச்சாலும் சம்மதம், கடிச்சாலும் ஓகே... முத்தம் கொடுத்தாலும் சம்மதம். ஜஸ்ட் டோண்ட் கேர். ஆனா, இந்தக் கல்யாணத்தால் உனக்கு எதாவது நன்மை ஏற்படும், உன் மானம் மரியாதை எல்லாம் காப்பாற்றப்படும். அப்படின்னா சரிதான்... எனக்கு சம்மதமே. இந்த விஷயம் பேப்பர்ல வந்து உன் வாழ்வு பாதிக்கப்பட்டு உங்க சாதிப் பையங்க கல்யாணம் செய்துக்க மாட்டேன்னு தகராறு பண்ணி, அதையெல்லாம் அவாய்ட் பண்றதுங்கற ரீதியில எனக்கு சம்மதம்தான். என்னைப் பற்றி நீ சரியா தெரிஞ்சுக்கணும். அந்தப் பொண்ணுக்கிட்டயும் இதைத்தான் சொன்னேன். உங்கிட்டயும் சொல்லிரணும். என்னைப் பற்றி அறிமுகம் தேவையில்லை. ரெண்டு பேரும் அறிமுகமாயிட்டோம். உன்னை எடுத்த போட்டோ எங்கிட்ட இருக்குது. கல்யாணத்துக்கு முந்தி பார்க்கணும்னா சரி, அப்புறம் நான் பிராஸ்டிட்யூட்ஸ்கிட்ட போயிருக்கேன். எனக்கு எல்லா கெட்டப்பழக்கமும் உண்டு. எல்லாம் தெரிஞ்சிக்கிட்டும் உனக்கு சம்மதம்னா எனக்கு சம்மதம்!'

சித்ரா தலை குனிந்துகொண்டு அவன் சொன்னதைக் கேட்டுக் கொண்டிருந்தாள். அப்பாவும் ராம்கோபாலும் உள்ளே வர, ராம் கோபாலுக்கு மிக அருகே அப்பா இருந்தார். அவர் தோளில் கை போட்டுக்கொண்டு இருந்தார். சூர்யாவின் கையில் ஏதோ நீண்ட சதுரப் பெட்டி பளபளவென்று இருந்தது. நித்யா அம்மாவிடம் பொட்டலங்களைப் பிரித்துக் காட்டிக்கொண்டிருந்தாள்.'

'இதுவே எங்கயானம் ஆயிரத்து ஐநூறு இருக்கும் போலிருக்கே...'

'பாருங்கம்மா, வேற வழியே இல்லை... 'அய்யங்கார் அய்யங் கார்'ங்கறீங்க. யாராவது அய்யங்கார் பையன் உங்க பொண்ணைக் கல்யாணம் செய்துப்பானா சொல்லுங்கோ?'

‘அதில்லைம்மா, வாசல்ல குடியிருக்கானே விஜி, பாவம்! அது வந்து, மாமி நான் பண்ணிக்கிறேன்னு முன்வந்து ஏறக்குறைய ஒப்புதுண்டாச்சே! ஊருக்குப் போயிருக்கே, அப்பாகிட்டே கேட்டுட்டு வரேன்னு.’

‘அப்படின்னா நீங்க சாதிவிட்டு சாதி கல்யாணம் செய்து கொடுக்கத் தீர்மானிச்சுட்டீங்கல்ல?’

‘வேற வழியில்லையே.’

‘அப்ப இந்தப் பையன் பெட்டர் இல்லையா?’

‘எப்படிச் சொல்றம்மா? இது தத்தாரியாச்சே.’

‘இல்லை மாமி, இவங்கூடப் பேசிப் பாருங்கோ. பொய்யே சொல்றதில்லை. இவனைத் திருத்த முடியும்னு நினைக்கறேன். சித்ரா, இங்க வா. என்ன வினோத்? பேசியாச்சா?’

‘எல்லாம் சொல்லியாச்சு’ என்றான் வினோத்.

‘என்னடி சொல்றே சித்து?’

‘என்ன சொல்றே சித்ரா?’

அப்பா ஈஸிசேரில் ராம்கோபாலை உட்காரவைத்து ஃபேனை போட்டுப் பக்கத்தில் ஸ்டூல் போட்டுக்கொண்டு இருந்தார்.

‘சாரைக் கேட்க வேண்டாமாம்மா. அவர் வந்து...’

நித்யா அழுத்தமாக, ‘இத பாரு சித்ரா! உன்னை யாரும் கட்டாயப் படுத்தறதா நினைக்கக் கூடாது. உனக்குக் கல்யாணம் தேவையா இலலையாங்கறதைப் பத்தியே எனக்கு இன்னும் கன்வின்ஸ் ஆகலை. ஆனா, உனக்கு நேர்ந்த அந்த ஆபத்து அல்லது சம்பவம், அதுக்கப்புறம் உன் எதிர்கால வாழ்க்கை பாதிக்கப்படாம இருக்கற துக்கு, உனக்குக் களங்கம் விளைவிச்சவனுக்கே உன்னைக் கல்யாணம் செய்து தர்றதுதான் சரியான முடிவாப் பட்டது. ஒரு தாலியை உன் கழுத்திலே இவன் கட்டிட்டா, உடனே நீ சுத்தமா யிடறே. இது நம்ம இந்திய அபத்தங்கள்ல ஒண்ணு. இதெல்லாம் மாற ரொம்ப நாளாகும். நீங்க என்னம்மா சொல்றிங்க?’

‘அவர் என்ன சொல்றார்னு தெரியணும்’ என்றாள் அம்மா.

அப்பா, ராம்கோபால் சொன்ன ஏதோ ஒரு ஹாஸ்யத்துக்கு அட்டகாசமாகச் சிரித்துக்கொண்டிருந்தார்.

அம்மா கீழே கிடந்த நீலப் பெட்டியைத் திறந்து பார்த்து, 'தங்கமா?' என்றாள்.

நித்யா, சித்ராவைப் பார்த்தாள். 'நீ என்ன சொல்றே?'

சூர்யா, 'அக்கா இதைப் பாத்தியா?' என்றாள். ஜப்பான் தேசத்து வீடியோ திரைக்குள் பொம்மைகள் சங்கீதத்துடன் நடனமாடிக் கொணடிருந்தன. 'அந்த மாமா கொடுத்தார்.'

'உங்களுக்கு வேணும்னா சொல்லுங்க. வீட்டை ஏர்கண்டிஷன் பண்ணி மிச்சமிருக்கற லோனை அடச்சிட்டு...'

சித்ரா, வினோத்தை முதல்முறை நிமிர்ந்து பார்த்தாள். 'என் குணம் தெரியுமில்லை?' என்றன அவன் கண்கள். இருந்தும் ஏதோ ஒருவிதத்தில் அதில் லேசாகச் சோகம் படர்ந்திருப்பது போல...

'நான் இவனையே கல்யாணம் பண்ணிக்கறேம்மா!'

23

விஜி பஸ்ஸில் வந்து இறங்கினபோது சென்னை மாநகரமே தன்னுடைய கல்யாணத்துக்குத் தயாராகிக்கொண்டிருப்பதாகத் தோன்றியது. பூக்கடைகளில் ஏராளமாகப் பூக்களும் புடைவைக் கடைகளில் கோலாகலமாகச் சீலைகளும் வானத்தின் நீலமும் விதி விலக்கு இல்லாமல் எல்லாரும் சிரித்த முகமாக நடந்து சென்றுகொண்டிருப்பதும்... அத்தனை பொருட்களையும் வாங்கிவிடவேண்டும் போல இருந்தது. கண்ணாடிக்குப் பின் டெலி விஷன் வண்ணச் சலனத்துடன் 'தவணை முறையில் வாங்கு' என்றது. அதேபோல் இரும்பு பீரோவும் கட்டிலும் வீட்டு மனைக்காக விளம்பரமும் கெய்ஸரும் ஸ்கூட்டரும்... சித்ராவுக்காக இன்னும் கடினமாக உழைத்துச் சம்பாதித்து இந்த எல்லாச் சாதனங்களையும் வாங்கிக் கொடுத்து...

பஸ் டிக்கெட்கூட மஞ்சளாக, அழகாக இருந்தது.

சித்ராவுக்கு வாங்கி வைத்திருந்த ரஸ்ட் கலர் புடைவையை மட்டும் பெட்டியிலிருந்து எடுத்து வைத்துக்கொண்டான். போன உடனேயே அதைக் கொடுத்துவிடவேண்டும்

என்று தோன்றியது. சாயங்காலம் வீட்டை அணுகும்போது வாசலில் பெரிசாகக் கோலம் போட்டிருந்தது. விஜிக்கு சந்தோஷ மாக இருந்தது. வீட்டில் மறுபடி சந்தோஷம் குடிகொண்டு விட்டதை ஆரவாரமாக அறிவிக்கும் கோலம். 'கல்யாணச் செலவை எல்லாம் நானே பார்த்துக்கறேன் மாமா! பிஎஃப்ல லோன் போட்டுர்றேன். தை மாதம் பொறந்ததும் முதல் முகூர்த் தம் பார்த்துச் சொல்லிருங்க, நான் கல்யாண மண்டபத்துக்கு புக் பண்ணிர்றேன்.'

'மா...மி!' என்று உற்சாகத்துடன் உள்ளே நுழைந்தான். கூடத்தில் ஏகப்பட்ட பொருள்கள் இறைந்துகிடந்தன. பெட்டி பெட்டி யாகப் புடைவைகள் திறந்து கிடந்தன. வெல்வெட் மெத்தையில் பெட்டி திறந்த நகைகள் பளிச்சிட்டுக் கொண்டிருக்க, விஜிக்கு வியப்பாக இருந்தது. என்னது! அதுக்குள்ள இத்தனையா செலவழிப்பா!

'என்ன மாமி இதெல்லாம்?'

'கல்யாணத்துக்கப்பா!'

'இத்தனையா! சித்ரா எங்கே?'

'அவாத்துக்குப் போயிருக்கா. அவம்மா அழைச்சுண்டு போயிருக்கா. நீ எப்ப வந்தே?'

'எவாத்துக்கு? எவம்மா?'

'விஜி, நீ போயிருந்தபோது அந்தப் பையன் வினோத் இல்லை. அவனும், முன்னாடி வந்ததே அந்தப் பொண்ணும் வந்திருந்தா, பெரியவரும் வந்திருந்தார்!'

'யாரு ராம்கோபாலா?'

'ஆமாப்பா. என்ன தங்கமான மனுஷாள் தெரியுமோ! இப்பவே சித்ரா சித்ரான்னு மாமியார் மாமனார் ரெண்டு பேரும், அவா ளுக்குச் சொந்தமாப் பொண்ணில்லையா, உருகறா. அப்படியே தங்கத்தால் இழைக்கப் போறா!'

'மாமி, என்ன சொல்றீங்க மாமி? புரியும்படியாச் சொல்லுங்கோ!'

'நீ எப்ப ஊர்லருந்து வந்தே? ஊர்ல எல்லாரும் சௌக்கியமா?'

'மாமி, நான் ஊருக்கு எதுக்குப் போய் வந்தேன் தெரியுமில்லை? உங்களுக்கு ஞாபகமிருக்கா, போனவாரம் நீங்க, மாமா, சித்ரா எல்லாரும் நானும் சித்ராவும் கல்யாணம் பண்ணிக்கறதுக்கு சம்மதம் கொடுத்துட்டிங்க. அதுக்கப்புறம் நான் ஊருக்குப் போயி எங்கப்பாகிட்ட கெஞ்சி சண்டை பிடிச்சு சாகசம் பண்ணி சம்மதம் வாங்கிட்டு வந்திருக்கேன். இத பாருங்க! சித்ராவுக்கு புடைவை யெல்லாம் வாங்கிட்டு வந்திருக்கேன். இப்ப போய் புதுசு புதுசா எதையாவது சொல்லிக் குழப்பாதீங்க. எனக்கு ஏமாற்றத்தில உயிரே(ா) போயிரும்! சித்ரா எங்க?'

'அதான் சொன்னேனேப்பா அவாத்துக்குப் போயிருக்கா. மோதிரம் வளையல் எல்லாத்துக்கும் அளவு எடுக்கறதுக்கு!'

'மாமி, நீங்க சொல்றதைப் பார்த்தா சித்ராவை அந்த வினோத் துக்குக் கல்யாணம் செய்துகொடுக்கறதா சம்மதிச்சிட்டிங் களா?'

'அவாளே வந்து ரொம்ப வற்புறுத்திக் கேட்டாப்பா!'

'ஒப்புக்கிட்டிங்களா, எனக்குக் கொடுத்த வாக்கைக் காத்தில பறக்க விட்டுட்டு?'

'என்ன வாக்கு கொடுத்தோம்?'

'மாமி, நான் எதுக்கு ஊருக்குப் புறப்பட்டுப் போனேன்? எதுக் காக இந்த பைத்தியக்காரப் புடைவையை வாங்கிட்டு வந்திருக் கேன்? புடைவை, பூ, மஞ்சள், மோதிரம் எல்லாம் எதுக்காக? உங்களுக்கு ஞாபக சக்தி சரியா இருக்கும்னா எனக்கு ஒரு வாக்கு கொடுத்தீங்க, சித்ராவை எனக்கு கல்யாணம் செய்து தர்றதா!'

'வாக்குன்னு எங்க கொடுத்தோம்?'

'பின்ன நீங்க என்ன சொன்னிங்க. யோசிச்சுப் பாருங்க மாமி! என்னைப் போட்டு இப்படிக் கத்தியால மார்ல குத்துறீங்க' விஜியின் கண்களில் நீர் கரையிட்டது.

மாமி புடைவையை இழுத்துப் போத்திக்கொண்டு வேற திசையைப் பாரத்துக்கொண்டு, 'நாங்க என்னப்பா சொன்னோம்? யோசிச்சுப்பார் விஜி, நீ சித்ராவைக் கல்யாணம் பண்ணிக்கிறதா சொன்னே. நாங்க என்ன சொன்னோம் பதிலுக்கு? எதுக்கும் உங்க

அப்பாவையும் கூட்டிண்டு வந்துரு. வெச்சிப் பேசிடலாம்னு! கூட்டிண்டு வந்தியோ? இல்லை...'

'எங்கப்பா சம்மதிச்சுட்டார் மாமி. அதனாலதான் கூட்டிண்டு வரலை, கல்யாணத்துக்கு வரதாச் சொன்னார்.'

எல்லாத்தையும் பேசணும்னுதானே சொன்னோம். எப்பவாவது கல்யாணத்துக்குச் சம்மதம்னு சொன்னமா. யோசிச்சுப் பாரு?'

'என்ன மாமி இது! புத்தியைக் காட்டறீங்க!' என்றான் பதற்றத் துடன்.

'த பாருப்பா... கோவிச்சுக்காத. உனக்கும் சித்ராவுக்கும் வயசு ரொம்ப வித்தியாசம். அதுக்கு இன்னிக்கு இருந்தா பதினேழுகூட முடியலை. உனக்கு எத்தனை, நாப்பதா?'

'முப்பத்துநாலு மாமி! இதெல்லாம் டிஸ்கஸ் பண்ணியாச்சு. என் குடும்பம் என் தங்கைகள் என் சம்பாத்தியம் எல்லாம் விசாரிச்சிங் களே, எல்லாம் பொய்யா?'

'எதுக்கும் விசாரிச்சு வெச்சுண்டோம். ஆனா அதுக்காக எப்பவாது சரின்னு சம்மதம்னு சொன்னமா, சொல்லு?'

'ஏம் மாமி இப்படிப் பொய் சொல்றீங்க? அவங்க அந்தஸ்தையும் பணத்தையும் பார்த்ததும் உங்களுக்கு மனசு மாறிச்சுன்னு உண்மையைச் சொல்லுங்களேன்!'

'நீயே யோசிச்சுப் பாரு. எங்க நிலையில் நீ இருந்தன்னா என்ன செய்வே சொல்லு?'

'கொடுத்த வாக்குத் தவற மாட்டேன் மாமி!'

விஜி தன் அறைக்கு வந்து கையிலிருந்து புடைவையைக் கட்டிலில் வீசி எறிந்தான். இதில் சித்ராவின் பங்கு என்ன? என்ன ஒரு துரோகம்! அழவேண்டும் போலிருந்தது. அப்பா சொன்னது, 'என்னதான் சீர்திருத்தம்னு சொன்னாலும் ஜாதி விட்டு ஜாதி கல்யாணம்கிறது ரெண்டு பேருக்குமே உபத்திரவம்பா!'

யோசித்துப் பார்த்தால் எந்தக் கட்டத்திலும் அவர்கள் சரி என்று, சம்மதம் என்று சொல்லவில்லைதான். ஆனால்...

'மௌனம்னா சம்மதம்னுதானே அர்த்தம்' என்று நான் சொன்னபோது எல்லாரும் என்ன செய்தீர்கள். இல்லை இல்லை,

இது பணத்தின் சாகசம், வினோத் மாதிரி ஒரு கிராதகனை ஒப்புக்கொள்ளும் பணத்தின் ஆசை கண்ணை மறைக்கிறது. பகுத்தறிவை மறைக்கிறது. சித்ரா இதற்கு நிச்சயம் சம்மதித் திருக்கவே மாட்டாள். இவர்கள் இருவரும் அவளைப் பலவந்த மாகச் சம்மதிக்க வைத்திருக்கிறார்கள். நான் சித்ராவைப் பார்க்கவேண்டும். பார்த்து அவளைக் கடத்திக்கொண்டு சென்று விடலாம். ஊரைவிட்டே ஓடிப்போய் விடலாம். திருநெல் வேலிக்குச் சென்று கிராமத்தில் அப்பாவின் முன்னிலையில் முருகன் கோயிலில் தாலி கட்டிவிடலாம். இந்த எளிய திருமணத்தைத்தான் சித்ரா விரும்புவாள். அவளை ஒளித்து வைத்திருக்கிறார்கள். இல்லை, கட்டாயப்படுத்தியிருக் கிறார்கள். அவளைச் சந்தித்தால் போதுமானது.

விஜி தன் முகத்தைக் கழுவித் துடைத்துக்கொண்டு சட்டை மாற்றிக்கொண்டு மறுபடி ஹாலுக்குச் சென்றான்.

'மாமி!'

'என்ன இப்ப?' என்றாள் விரோதத்துடன்.

'நீங்க சொன்னதை யோசிச்சுப் பார்த்தேன். உங்க பொண்ணுக்கு நல்லதுதான் செய்திருக்கீங்க. இந்தக் கல்யாணத்தில எனக்குப் பூரண சம்மதம்!'

அம்மா முகம் மலர்ந்து, 'பார்த்தியா, நீ சமாதானம் ஆயிடுவேன்னு எங்களுக்கெல்லாம் தெரியும். மாமாதான் பயந்துண்டு இருந் தார்!'

'என்னைக் கண்டு யாரும் பயப்பட வேண்டியதில்லை மாமி. நான் ஒரு பூச்சி!'

'கல்யாணத்தை நீதான் இருந்து நடத்தி வெக்கணும் விஜி!'

'அதுக்கென்ன, தாராளமா. சித்ரா எப்ப வருவா?'

'சாப்பிட வரேன்னு சொல்லிட்டுப் போயிருக்கா. ஆனா அந்தப் புள்ளையாண்டான் சமாசாரம் சொல்லமுடியாது. இங்க பார்ட்டி அங்க பார்ட்டின்னு அழைச்சிண்டு போயிடுவான். அந்த அம்மாவும் ரொம்ப நல்ல மாதிரியா இருக்கா. பாத்தா சித்ராவுக்கு அக்கா மாதிரி இருக்கா. ரொம்ப புடிச்சுப்போயி ஒட்டிண்டுடுத்து. சித்ரா ரொம்ப அதிர்ஷ்டக்காரி இல்லை?'

'பிக்னிக்குப் போனது என்னவோ தெய்வ சங்கல்பம் மாதிரி ஆயிடுத்து! இத்தனை பெரிய இடத்துச் சம்பந்தம் யாருக்குக் கிடைக்கும்? அவா சொத்தோட மதிப்பு எத்தனை தெரியுமா?'

'யாருப்பாது?'

இரண்டு பேர் காரிலிருந்து பெரிய அட்டைப் பெட்டியை உள்ளே ஏந்திக் கொண்டுவர, 'வீடியோவும் கலர் டிவியும் சம்பந்தியாத் தில அனுப்பிச்சிருக்கா! தனியா பொழுது போகாம நான் உக்காந்துண்டிருக்கேனில்லியா?'

விஜி, 'ரொம்ப சந்தோஷம்' என்று புறப்பட்டான். இலக்கில்லாமல் நடந்தான். திடீரென்று தோன்றியதுபோல எழும்பூருக்குச் சென்று ஸிட்டிங்கில் இரண்டு டிக்கெட் திருநெல்வேலிக்கு ரிசர்வ் செய்துகொண்டான்.

சித்ராவுக்கு, எதிரே தெரிந்த சித்ராவை நம்பவே முடியவில்லை. ஜப்பான் சில்க் புடைவையும் காதிலும் கழுத்திலும் வைரமும். 'இது ஒரு செட்டு! என்ன அழகா இருக்கா எம்மருமக! எதோ ஒரு ஏஞ்சல் மாதிரி!'

'சித்ரா, நீயும் என்னை மம்மின்னே கூப்பிடு. இல்லை. அக்கான்னு கூப்பிடு. மாமின்னு மட்டும் கூப்பிடாதே. வினோத் உங்கிட்ட பேசினானா?'

'இல்லை' என்று தலையசைத்தபோது வைரம் பளிச்சிட்டது.

'உன்னைப்பத்தி நிறையச் சொன்னான். உன்னை அவனுக்கு திடீர்ன்னு என்னவோ புடிச்சுப் போயிருச்சு. கல்யாணம் செய்துக் கிட்டா உன்னைத்தான் செய்துப்பன்னு அடிச்சு சொல்லிட்டான். யூ ஆர் எ லக்கி கர்ள்! என் பொண்ணு மாதிரி!'

கண்ணாடியில் வினோத் தெரிந்தான்.

சித்ராவுக்கு சற்று பயமாகவும் கவலரமாகவும் இருந்தது. 'வாவ்! யூ லுக் ப்ரெட்டி! அட் லாஸ்ட் எ ப்ரைட்!'

சித்ரா பேசாமல் இருந்தாள்.

'மம்மி கெட் லாஸ்ட்! நான் என் மணப்பெண்ணுடன் அளவளாவ வேண்டும்.'

'அதுக்கென்ன ஸன்! ஹேவ் எ நைஸ் டைம்!'

வினோத் சித்ராவின் அருகில் வந்து நிலைக்கண்ணாடியின் உதவியுடனேயே அவளைப் பார்த்தான்.

'உன்னை நான் எடுத்த போட்டோ இருக்கு பாக்கறியா?'

சித்ரா உதட்டைக் கடித்துக்கொண்டாள்.

'உன்னை மாதிரி பத்துப் பெண்களை எடுத்த போட்டோவும் இருக்குது. ஆல்பம் வெச்சிருக்கேன். எங்கப்பாவோட பார்ட்னர் பொண்ணுக்குக் காட்டறதாச் சொன்னேன். பயந்துக்கிட்டு நிச்சயதார்த்தத்தை கேன்சல் பண்ணிட்டுப் போயிருச்சு. நீ என்ன பண்றே, பார்க்கலாம்.'

சித்ரா மௌனமாக இருந்தாள்.

'நீ என்ன பண்ணப்போறே' என்று அலமாரியிலிருந்து ஆல்பம் எடுத்து, 'த பாரு இதுதான்! இதுதான்!' என்று அவள் முகத்தின் முன் அதைத் துருத்தினான்.

வண்ணப்படங்கள்... சித்ராவும் இருந்தாள்.

'போட்டோ புடிக்கப் போறோம். உனக்குள்ள என்ன வெச்சிண்டிருக்க, பார்க்க வேண்டாமா பாப்பா?'

'தொடாத படவா ராஸ்கல்!'

'ஐயோ! அம்மா! விடுரா என்னை, கடிப்பேன்!'

'நிறையச் சண்டை போடுவியா நீ?'

'ஏய்! சொல்லு! சொல்லு! டு யூ ஸ்டில் வாண்ட் மி? என்னை எதுக்காகக் கல்யாணம் பண்ணிக்க சம்மதிச்சே... சொல்லு! சொல்லு!'

24

சித்ரா, வினோத்தைச் சற்றுநேரம் அந்நியனைப் போலப் பார்த்தாள். வினோத் இன்னும் பதிலுக்குக் காத்திருந்தான். 'சொல்லு, என்னை எதுக்காகக் கல்யாணம் பண்ணிக்க சம்மதிச்ச?'

'உன்னை என்னால திருத்த முடியும்னு தோணித்து.'

வினோத் அவள் சொன்னதை நம்பாமல், 'எங்க மறுபடி சொல்லு?'

'உன்னைத் திருத்தறதுக்குத்தான் கல்யாணம்.'

வினோத் நிதானமாக ரசித்துச் சிரிக்க ஆரம்பித்தான். 'நீ சினிமால்லாம் நிறைய பார்ப்பியா, இல்லை ஃபெய்ரி டேல்ஸ் அல்லது தொடர் கதைங்க நிறையப் படிப்பியா? இல்லை, நீ மில்ஸ் அண்ட் பூனா? எந்த யுகம் நீ? உன்னைத் தொட்டுப் பார்க்கலாமா?'

'ஏன்?'

'ஏனா? த பாரு. யாரும் திருந்தறதில்லை, யாரையும் மாற்ற முடியாது. அந்தக் கொள்கையே அபத்தம். 'இன்னைய தேதிலருந்து நான் திருந்தினேன்'னு தேதி குறிச்சு யாரும் மார்றதில்லை. 'சுபம் கிபம்'லாம் லைஃப்ல

கிடையாது. சரியாத் தெரிஞ்சுக்கோ. நீ என்னைக் கல்யாணம் பண்ணிக்கிறதில உள்ள ரிஸ்க் எல்லாத்தையும் பூராவும் தெரிஞ்சுக்கோ. சின்னக் குழந்தையா இருக்கறபோது, அப்ப புன்னகைக்கிறபோது, அப்பதான் களங்கமில்லாம இருக்கோம். அதுக்கப்புறம் நாம எல்லாருமே சேதப்பட்டுர்றம். விகாரப்பட்டுக்கிட்டே இருக்கோம். நாளாக நாளாக கொஞ்ச கொஞ்சமா பிக்சர் ஆஃப் டோரியன் கிரே மாதிரி.'

'நீ... நீங்க பேசறதே எனக்குப் புரியலை.'

'புரியும்படியாச் சொல்றேன் கேளு. என்னைக் கல்யாணம் பண்ணிக்கிட்டா வானவில், தங்க ரதம் எல்லாம் கிடையாது. என்ன வேணா செய்வேன். உன் கண்ணுக்கு முன்னாலயே மற்ற பொண்ணுங்கள வெச்சுப்பேன். சுத்துவேன். என்ன சொல்ற அதுக்கு?'

'பார்க்கலாமே!' என்றாள் சித்ரா.

வினோத் அவளை விநோதமாகப் பார்த்து, 'ஒண்ணு நீ பிடிவாதக் காரியா இருக்கணும். இல்லை, பரிபூர்ணமான ஒரு அசடா, முட்டாளா இருக்கணும்.'

'எல்லாம் ஒண்ணுதான். இப்ப என்னை வீட்டில கொண்டு விட்டுர்றியா?'

'வீட்டிலயா, அகத்திலயா?'

'வீட்டில்' என்றாள்.

'**பெ**ண்' பத்திரிகை அலுவலகத்தில் ஆசிரியர் நடேசனின் மேசை முன் நித்யா உட்கார்ந்திருந்தாள். ஃப்ரூஃப் பார்த்துக் கொண்டிருந்தாள். 'மாமா நல்லா வந்திருக்கு. யார் எழுதினா?'

'எல்லாம் நம்ம முத்துசாமிதான்' என்றார் நடேசன்.

ஃப்ரூஃப் காகிதங்களை மேசைமேல் போட்டுவிட்டு, 'இதைப் போடுங்க, எனக்கு ஆட்சேபணை இல்லை. இதனால யார் வாழ்வும் பாழாறதில்லை. சென்சேஷன் இல்லை. செக்ஸ் இல்லை. படிப்பினை இல்லை.'

'பிச்சு உதறிட்ட நித்யா! மற்றவாள்லாம் பேசத்தான் பேசுவா. நீ செயல் முறையில காட்டிட்ட... எப்படி ஒத்துக்க வெச்சே ராம்கோபாலை?'

'அவங்கள்லாம் பேஸிக்காவே நல்ல மனுசங்கதாம் மாமா. பணக்காரங்கறதாலே கட்டாயம் கெட்டவங்கன்னு எதுக்கு நாம எண்ணணும்?'

'வாஸ்தவம்தான். எங்க சேட்டுகூட சில சமயம் நல்லவன்தான்.'

'சில சமயம்! அ! மூலத்தைப் பிடிச்சிங்க! எல்லாருமே எல்லாருமே சில சமயம் நல்லவா! அது எந்த சமயங்கறதைக் கண்டுபிடிச்சுட்டா போறும். லைஃப்ல எல்லாமே எப்புவமே நல்லதில்லை மாமா. சில சமயம் நாம சந்தோஷமா இருக்கோம். சில சமயம்தான் மழை பெய்யறது! சில சமயம்தான் பயிர் விளையுது. சில சமயம்தான் நம்மால் கவிதை எழுத முடியறது! சில சமயம்தான் உண்மையும் வெல்றது. அந்த சமயங்கள்ல இது ஒண்ணு. ராம்கோபால்கிட்ட தர்க்கரீதியில் சொல்லிப் பார்த்தேன். அந்தப் பையன்கிட்டயும் சொல்லிப் பார்த்தேன். ஒத்துக்க வெச்சேன். நடேசன் சார், இப்பப் பாருங்க உங்க பத்திரிகையில் இதைப் போடறதில நீங்க பெருமைப்பட்டுக் கலாமா இல்லையா? அந்தப் பெண்ணுக்கு மறுவாழ்வு கிடைச்சுருச்சு. 'அவச்சொல்' எல்லாம் அழிந்து பெரிய பணக்கார இடத்தில் கோலாகலமா கல்யாணம்! ஷி இஸ் வெரி லக்கி!'

முத்துசாமி உள்ளே வந்து, 'ஹாய் நித்யா!' என்றான்.

'முத்து, நீ அந்தப் பொண்ணு ஸ்டோரியை வெச்சு சென்சேஷன் பண்ணலாம்னு பாத்தியே. அதை எந்த மாதிரி முடிச்சு வெச்சிருக்கா பார்த்தியா?'

'சட்! சப்புன்னு கல்யாணத்தில முடிஞ்சு போயிருச்சே.'

நித்யா அவனைப் பார்த்து, 'முத்துவுக்கு எல்லாமே ரேப்பு, கோர்ட்டு, அப்படி இப்படின்னு இருந்தா பத்திரிகை சர்க்கு லேஷன் பெருகும் இல்லையா? என்ன ஒரு சுயநலம் பாருங்க!'

'உனக்கு மட்டும் சுயநலமில்லையா நித்யா?' என்று முத்து அலட்சியமாகக் கேட்டான்.

'வாட் டு யூ மீன்?'

'த பாரு, நீ செய்தது மகத்தான சாதனைன்னுதான் ஒப்புக்கறேன். ட்ரீம் ஸ்டோரி. கவிதைத்தனமான முடிவு. ஆனா இதில சுயநலம் இல்லைன்னு சொல்லாதே!'

'நோ சான்ஸ்! எனக்கு இதில என்ன?'

‘புகழ்! புகழுக்காக இல்லைன்னு சத்தியமாச் சொல்லு. எதுக்காக பேப்பர்ல இதைப்பத்தி வரணும்? எதுக்காக ‘பெண்’ பத்திரிகையில ஆர்ட்டிகிள்? அதும் ப்ரூஃப் பார்க்கறதுக்கு நீயே வந்து? நிசமாகவே இதில சுயநலம் இல்லைன்னா பத்திரிகையில இந்த விஷயம் வரக்கூடாது! ஓசைப்படாம, நீயோ உங்க இயக்கமோ விளம்பரம் இல்லாம செயல்பட்டிருந்தா சுயநலம் இல்லைன்னு சொல்லியிருப்பேன்.’

‘யூ பிக்? நீங்க எல்லாருமே ஒண்ணுதான்’ என்றாள் நித்யா கோபத்துடன்.

‘உண்மையைச் சொன்னா கோபம் வருது. கொஞ்சம் கேளு நித்யா, ரொம்ப பெரிய காரியம் செய்தாப்பல இந்தக் கல்யாணத்துக்கு ஏற்பாடு செஞ்சுட்ட. பெண் விடுதலை இயக்கத்தில எதாவது செயல்முறையில செய்து காட்டத்தான் இந்த மாதிரி செய்திருக்க. அந்தப் பொண்ணு அவனைக் கல்யாணம் பண்ணிக்கிட்டு எப்படி எல்லாம் தவிக்கப் போவுதுன்னு யோசிச்சுப் பார்த்தியா? அவனை மாதிரி பிளாகார்டை கல்யாணம் பண்ணிக்கிட்டு அது எப்படி சமாளிக்கப் போவுது? அவன் அப்பனைப் பத்தித் தெரியுமா உனக்கு? அவனே அந்தப் பெண்ணை...’

‘முத்து, ஸ்டாப்பிட்!’

‘யோசிச்சுப் பாரு நித்யா. நா, நீ எல்லாருமே அந்த சித்ராவை ஒரு விதத்துல உபயோகப்படுத்திக்கிட்டிருக்கோம். நீ அவளுக்கு பண்ணது நல்லதா கெட்டதான்னு யோசிச்சுப் பாரு. அப்பறம் நான் கேள்விப்பட்டது நிசமா. ராம்கோபால் உனக்கு ஒரு அமெரிக்கன் ட்ரிப் ஏற்பாடு பண்ணியிருக்காராமே?’

நித்யா அவன்மேல எறிந்த மைக்கூட்டை முத்துசாமி சிரம் தாழ்த்தித் தவிர்த்துக்கொண்டான்.

கார் கதவு சாத்தப்படும் சப்தம் கேட்டு விஜி சன்னல் வழியாக எட்டிப் பார்த்தான். டிரைவர் கார் கதவைத் திறக்க, சித்ரா இறங்கி வந்தாள். நடக்கையில் ஜல் ஜல் என்றாள். லேசான சரிகையில் நீலத்தில் தாவணியும் பட்டுப்பாவாடையும் நெற்றி வகிட்டில் முத்துச்சரமும் மூக்கிலும் காதிலும் வைரத்துளிகளும் கைகளில் குலுங்கும் வளையல்களுமாக, சித்ராவா இது!

‘நீங்க போயிட்டு எட்டு மணிக்கு கார் அனுப்பிச்சா போதும்னு சொல்லிருங்க. அம்மா ஷாப்பிங்குக்குப் போகணும்னா...’

விஜி அவளைப் பார்த்துக்கொண்டே இருக்க, சித்ரா வாசலில் சற்றுத் தயங்குவதுபோல் நின்றாள். சட்டென்று விஜியின் அறைப் பக்கம் வந்தாள். ஜல்! ஜல்! ஜல்!.

விஜி பதறிப்போய் ஒரு அவசரச் சட்டையும் புன்னகையும் மாட்டிக்கொண்டு கதவைத் திறந்து, 'வா சித்ரா!' என்றான்.

உள்ளே வந்தாள். தன் நகத்தைப் பார்த்துக்கொண்டு, 'உங்களுக்கு விஷயம் தெரியுமா?'

'தெரியும் சித்ரா.'

'எப்ப வந்தீங்க ஊர்லருந்து?'

'சாயங்காலம்தான். அம்மா எல்லாம் சொன்னாங்க. நான் திருநெல்வேலிக்குப் போனது எதுக்குத் தெரியுமா?'

தெரியும். உங்ககிட்ட ஒரு விஷயம் சொல்லத்தான் வந்தேன் விஜி சார்.'

'என்ன சொல்லப்போறேன்னு தெரியும் சித்ரா.'

அவளை நிமிர்ந்து பார்க்கையில் அவள் கன்னத்தில் கண்ணாடி போலப் பளபளப்பாக வைரம் பளிச்சிட்டது. தெரியுமா?'

'உன்னைப் பலவந்தப்படுத்தி அவங்கல்லாம் சம்மதிக்க வெச்சுட் டாங்க, இல்லையா சித்ரா? நீ ஒருபொழுதும் இந்தக் கல்யாணத் துக்குச் சம்மதிச்சிருக்கமாட்டே சித்ரா, தெரியும். அதனாலதான் த பாரு. டிக்கெட் எடுத்துட்டேன் சித்ரா. ஊருக்குப் போயிரலாம். ஆகாரம் கிராமத்தில் அப்பா காத்துக்கிட்டு இருக்காரு. ஆரவார மில்லாம முருகன் கோயில்ல புனிதமா கல்யாணம் பண்ணிக் கிடலாம். எங்கப்பா சம்மதிச்சுட்டாரு. இவங்க பணம் பலாத்காரம் ஏதும் வேண்டாம் உனக்கு. இஷ்டமில்லாம யாரும் உன்னைக் கல்யாணத்தில் ஆழ்த்த முடியாது! வா, உடனே எல்லா நகைச் சுமையையும் அவுத்து வெச்சுரு. கட்டின புடைவையோட கிளம்பிரு. வா சித்ரா, ஓடிப் போயிரலாம்.'

சித்ரா நிதானமாக அவனை நிமிர்ந்து பார்த்து, 'விஜி சார், இந்த கல்யாணம் என் சம்மதத்தின் பேர்லதான் நடக்கிறது. எனக்கு வினோத்தைக் கல்யாணம் பண்ணிக்க இஷ்டம்தான்.'

'என்னது! என்ன சொல்றே சித்ரா?'

'முதல்ல உங்களைக் கல்யாணம் செய்துண்டா எல்லா ப்ராப்ள மும் தீர்ந்துடும்னு நினைச்சேன். யோசிச்சுப் பார்த்தபோது வினோத்தைக் கல்யாணம் செஞ்சுக்கறதுதான் நிறைய பேருக்கு செளகரியம்ங்கறது தெரிஞ்சு போச்சு. எங்கப்பாவுக்கு வீட்டு பேர்ல, நிலத்தின்பேர்ல வாங்கின கடன் எல்லாம் அடைஞ்சுடறது. அம்மாவுக்கு ரெட்டை பேட்டு பட்டுப் புடைவையும், அவ நினைச்சே பார்க்கமுடியாத வைரங்களும். சூர்யாவுக்கு வீடீயோ என்ன என்னவோ பொம்மை, பட்டுப் பாவாடை, தங்க நகை... எனக்கு அந்தஸ்து, என்னை யாரும் ஓடிப்போனவ, போட்டோ பிடிச்சவன்னு சொல்ல முடியாது. எம் புருஷன் என்னை போட்டோ புடிச்சா உனக்கு என்னன்னு எல்லார்கிட்டயும் சொல்லிடலாம்! அம்மா இனிமே என்னைத் திட்டமாட்டா, இப்பவே என்னைத் தலைல வெச்சுண்டு கூத்தாடறா, சித்ராவுக்கு என்ன அதிர்ஷ்டம்! அதிர்ஷ்டம்! குபேர சம்பத்து...'

'எல்லாம் சரிதான் சித்ரா. என்னைப் பத்தி நினைச்சுப்பாத்தியா? உன்மேல் நிசமாகவே ஆசை வெச்சு உனக்காக அல்லாடி ஊருக்குப் போயி சம்மதம் வாங்கி, புடைவை எடுத்து, மஞ்சள், புஷ்பம், மனசு நிறைய ஆசைன்னு வந்து சேர்ந்தவனுக்கு எப்பேர்ப்பட்ட ஷாக்கு கொடுக்கறே, யோசிச்சியா?'

'விஜி சார், யோசிச்சுப் பார்த்தா எல்லாத்தையும்விட உங்க ளுக்குத்தான் அதிக லாபம்!'

'லாபமா? எனக்கா? எப்படி சித்ரா?'

'என்னைக் கல்யாணம் பண்ணிண்டா எப்பவும் உங்களுக்கு இவ மத்தவன் தொட்ட பொண்ணுதானே, அவன் டிரஸ்ஸையெல் லாம் உருவிப் போட்டு போட்டோ எடுத்த கேஸ்தானே, அவன் இதோட விட்டானா, இன்னும் வேற என்னவெல்லாம் செய் தானோ, இந்தப் பொண்ணு எத்தனை சொல்லிருக்கு, சொல்லாம எத்தனை மூடி வெச்சிருக்குன்னு அந்தச் சந்தேகத்தோட வாழ்நாள் பூரா இருக்கவேண்டாமே!'

விஜி மௌனமாக இருக்க, 'நிதானமாக யோசிச்சுப் பாருங்கோ, எனக்கு வேற வழி இருக்கா?' என்றாள்.

ரத்த நிற டொயோட்டா கார் வாசலில் வந்து 'டுட்' என்று செல்லமாகக் கூப்பிட, சித்ரா விஜியின் அலமாரியில் இருந்த தன் போட்டோவை எடுத்துக்கொண்டு சென்றாள்.
